ത്രിമാനകർത്തൃത്വം

thrimanakarthruthvam

•

praveen dani

•

first edition
june 2017

•

typesetting
megha

•

published
chintha publishers, thiruvananthapuram

•

printed
repro india ltd, mumbai

•

cover
black mole

•

price
rupees one hundred only

വിതരണം

ദേശാഭിമാനി ബുക്ക് ഹൗസ്
H O തിരുവനന്തപുരം–695 035
Ph: 0471-2303026, 6063020
www.chinthapublishers.com
chinthapublishers@gmail.com

ബ്രാഞ്ചുകൾ

ഹെഡ്ഡാഫീസ് ബ്രാഞ്ച് കുന്നുകുഴി • സ്റ്റാച്യു തിരുവനന്തപുരം • കെ എസ് ആർ ടി സി ബസ് സ്റ്റേഷൻ ആലപ്പുഴ • കെ എസ് ആർ ടി സി ബസ് സ്റ്റേഷൻ എറണാകുളം • മച്ചിങ്ങൽ ലെയ്ൻ തൃശൂർ • ഐ ജി റോഡ് കോഴിക്കോട് • മാവൂർ റോഡ് കോഴിക്കോട് • എൻ ജി ഒ യൂണിയൻ ബിൽഡിങ് കണ്ണൂർ • സെൻട്രൽ ബസ് ടെർമിനൽ കോംപ്ലക്സ് താവക്കര കണ്ണൂർ

CO - 1962 / 3321
ISBN - 978-93-86364-80-7

ത്രിമാനകർത്തൃത്വം

പ്രവീൺ ഡാനി

ചിന്ത പബ്ലിഷേഴ്സ്
തിരുവനന്തപുരം–695 035
വില : ₹ 100

പ്രവീൺ ഡാനി

ആലപ്പുഴ ജില്ലയിലെ ചെറിയനാട് ഗ്രാമത്തിൽ ജനനം. അച്ഛൻ: എം എസ് ഡാനി. അമ്മ : ജെ പ്രശാന്ത.

സാഹിത്യത്തിൽ എം എ, എം ഫിൽ, ലക്ചർഷിപ്പ് ബിരുദം. ലോക ത്തിലെ മഹത്‌വ്യക്തിത്വങ്ങൾ, വിമർശനാത്മക സിദ്ധാന്തം; പാശ്ചാത്യ മാർക്സിസത്തിന്റെ രീതിശാസ്ത്രം എന്നീ പുസ്തക ങ്ങൾ പ്രസിദ്ധീകരിച്ചിട്ടുണ്ട്. കലാകൗമുദി വാരികയിൽ മുംബൈ എഡിഷനിൽ സബ് എഡിറ്ററായി ജോലി നോക്കുന്നു.

ഭാര്യ	:	റെനി
മകൾ	:	യാത്ര
വിലാസം	:	കെ ആർ എ 64(എ)
		അഭയം, ഇടക്കുന്നിൽ ലൈൻ
		കുലശേഖരം, കൊടുങ്ങാനൂർ പി ഒ
		തിരുവനന്തപുരം 695 013

ഉള്ളടക്കം

സമർപ്പണം

റെനിക്കും യാത്രമോൾക്കും

ആമുഖം

മുകുന്ദന്റെ ആദ്യത്തെ നോവൽ മുതൽ കേശവന്റെ *വിലാപങ്ങൾ* വരെയുള്ള നോവലുകളെ ഈ പുസ്തകം പഠനവിധേയമാക്കുന്നു. നോവലുകളെ മൂന്ന് കർത്തൃത്വവീക്ഷണങ്ങളിലൂടെയാണ് അവതരിപ്പിക്കുന്നത്. (ഒന്ന്) ആധുനികതാവാദകർത്തൃത്വം. (രണ്ട്) കോളനി–കോളനിയനന്തര കർത്തൃത്വം. (മൂന്ന്) ഉത്തരാധുനിക കർത്തൃത്വം എന്നിങ്ങനെയാണത്.

ആധുനികനായ മുകുന്ദന്റെ നോവലുകൾ മുതലാളിത്ത പ്രത്യയ ശാസ്ത്രത്തെ പിൻപറ്റുന്നവയായിരുന്നു. അസ്തിത്വവാദവും വ്യക്തി വാദവും ഇത്തരത്തിൽ മുകുന്ദനിൽ വികസിച്ച പ്രത്യയശാസ്ത്രങ്ങളായി രുന്നു. എന്നാൽ, കോളനി–കോളനിയനന്തര കർത്തൃത്വത്തിലെത്തു മ്പോൾ മുകുന്ദൻ ഇടതുപക്ഷത്തോട് കൂറുകാണിക്കാനും സ്വാതന്ത്ര്യ സമരത്തിന്റെ ഇടതുപക്ഷപരിസരത്തെ ഉയർത്തിക്കാണിക്കുവാനും തയ്യാ റായി. ഉത്തരാധുനികനാവുന്നതോടെ മുകുന്ദൻ പൂർണ്ണമായി ഇടതുപ ക്ഷത്തെ പുണരുകയും ആധുനികതാവാദത്തിൽ താൻ പുലർത്തിയ മുത ലാളിത്തവീക്ഷണത്തെ വിമർശിക്കുകയും ചെയ്യുന്നു. ഇതാണ് ത്രിമാന കർത്തൃത്വം.

1

ത്രിമാനകർത്തൃത്വ വീക്ഷണങ്ങൾ

പൗരനും അവന്റെ/അവളുടെ വീക്ഷണങ്ങൾക്കും വികാരങ്ങൾ ക്കും വിശ്വാസങ്ങൾക്കും ആഗ്രഹങ്ങൾക്കും പ്രാധാന്യം കൊടുക്കുന്ന വീക്ഷണത്തെ മൊത്തത്തിൽ കർത്തൃത്വം എന്നു വിളിക്കുന്നതായി വിക്കിപ്പീഡിയ വിലയിരുത്തുന്നു.

മാനവികവാദ (Humanism)വുമായി ബന്ധപ്പെട്ടാണ് കർത്തൃത്വം ഉദയം ചെയ്യുന്നത്. കാരണം, അത് മനുഷ്യന്റെ പ്രശ്നങ്ങൾക്കാണ് കൂടു തൽ പ്രാധാന്യം നൽകുന്നത്. മനുഷ്യന്റെ കണ്ടെത്തലുകളും പുതിയ ആശയനിർമാണവും ഓരോ കാലഘട്ടത്തിൽ കർത്തൃത്വത്തിന് പുതിയ അർഥം നേടിക്കൊടുത്തു. പൗരാണിക കാലഘട്ടത്തിൽ ദൈവം ആയിരുന്നു കർത്താവെങ്കിൽ, നവോത്ഥാന കാലഘട്ടത്തോടെ മനുഷ്യനും മാനുഷിക മൂല്യങ്ങളും മനുഷ്യന്റെ ചിന്താകേന്ദ്രമായി. ഈ ഘട്ടത്തിൽ മനുഷ്യൻ കർത്തൃസ്ഥാനത്തേക്ക് ഉയർന്നു. ആധുനികത ആയതോടെ വ്യക്തി കേന്ദ്രിത ആശയവാദങ്ങൾ ഉടലെടുക്കുകയും 'വ്യക്തി' എന്ന ബുർഷ്വാ കർത്തൃത്വം പ്രധാന കർത്തൃത്വ വിഷയമായി പരിണമിക്കുകയും ചെയ്തു. ആധുനികതയ്ക്കുശേഷം, മാർക്സിയൻ പുനർവായനകളും പിൽക്കാല മനോവിശ്ലേഷണവായനകളും രാഷ്ട്രീയ–സാമൂഹ്യകർത്തൃ ത്വ നിർമാണത്തിലേക്ക് ഉത്തരാധുനികതയെ നയിക്കുകയും ഉത്തരാ ധുനികത ഒരു സാമൂഹ്യവായനയായി കർത്തൃത്വത്തെ അടയാളപ്പെടു ത്തുകയും ചെയ്തു. ഇതാണ് കർത്തൃത്വത്തിന്റെ ചരിത്രം.

ഉത്തരാധുനികത പ്രശ്നവൽക്കരിച്ച കർത്തൃത്വം മാനവികതയു മായി ബന്ധപ്പെട്ടാണ് വികസിച്ചത്. എന്നാൽ ഇന്ന് മാനവികനെ മൊത്ത ത്തിൽ സംബോധന ചെയ്യാൻ കഴിയില്ല. കാരണം, ദളിതൻ, സ്ത്രീ, പുരു ഷൻ, നപുംസകം, മുതലാളി, തൊഴിലാളി, കറുത്തവൻ, വെളുത്തവൻ

എന്നിങ്ങനെ മനുഷ്യന് പല വിഭജനങ്ങളും നിലനിൽക്കുന്നു. അവരുടെ വീക്ഷണങ്ങൾക്ക് ഒരു വസ്തുവിനെ അല്ലെങ്കിൽ സംഭവത്തെ വ്യത്യസ്ത രീതിയിലേ അപഗ്രഥിക്കാൻ കഴിയൂ. അതിനാൽ ഉത്തരാധുനിക കർത്തൃത്വം അപകേന്ദ്രിത (decentered) കർത്തൃത്വമാണെന്ന് പറയേണ്ടിയിരിക്കുന്നു.

അൽത്തൂസർ ഈ ഘട്ടത്തിൽ ഇങ്ങനെയൊരു അഭിപ്രായം പറയുന്നു: "മുതലാളിയും തൊഴിലാളിയും രണ്ട് വർഗങ്ങളാണ്. അവർക്ക് ഒരിക്കലും യോജിക്കാൻ കഴിയാത്ത അന്തരം പ്രസിദ്ധമാണ്." അങ്ങനെ മനുഷ്യനെ സാമൂഹ്യമായും സാമ്പത്തികമായും വർഗവിഭജനം നടത്തിയ മാർക്സിസം തന്നെയാണ് അവനെ ആദ്യമായി അപകേന്ദ്രീകരിച്ചതും കർത്തൃത്വത്തിന് ഉദയം നൽകിയതും.

ബൂർഷ്വാ കർത്തൃത്വം 'യുക്തി'യെ അതിന്റെ രീതിശാസ്ത്രമായി തെരഞ്ഞെടുക്കുന്നു. ദെക്കാർത്ത് പറയുന്നു: "ഒരു പാവയ്ക്ക് ഇല്ലാതെ പോകുന്നതും മനുഷ്യന് മാത്രമുള്ളതുമായ ഒന്നാണ് യുക്തി." അങ്ങനെ മനുഷ്യനെ മനുഷ്യനാക്കിയത് യുക്തിയാണെന്ന് ബൂർഷ്വാസികൾ നിഗമനത്തിലെത്തി. എന്നാൽ യുക്തിക്ക് രണ്ട് മുഖങ്ങൾ ഉണ്ട്. 1) നിരീശ്വര വാദത്തിന്റെ യുക്തി. 2) ശാസ്ത്രത്തിന്റെ യുക്തി. ഇവ രണ്ടും ബൂർഷ്വാ സങ്കൽപ്പങ്ങളാണ്.

നിരീശ്വരവാദത്തിന്റെ യുക്തി മനുഷ്യനെ സംബോധന ചെയ്യുന്നതിനുപകരം ദൈവത്തെ നിഗ്രഹിക്കുന്നതിനായി തെരഞ്ഞെടുക്കുന്നു. ശാസ്ത്രത്തിന്റെ യുക്തിയാവട്ടെ 'അനുഭവമാത്രവാദ' (empiricism)മാണ്. എന്തും അനുഭവത്തിൽക്കൂടിയേ സത്യമായി അംഗീകരിക്കുകയുള്ളൂ. പക്ഷേ, അങ്ങനെവരുമ്പോൾ അവർക്ക് ദർശനം തെറ്റാണെന്ന് പറയേണ്ടി വരും. കാരണം, ദർശനം ആശയങ്ങൾക്ക് പ്രാധാന്യം നൽകുന്ന ഒരു ചിന്താപദ്ധതിയാണ്. മാത്രമല്ല, രണ്ടാംലോകമഹായുദ്ധത്തിനുശേഷം ശാസ്ത്രത്തിന്റെ യുക്തിക്ക് വിവേകം നഷ്ടപ്പെട്ടു. അതുകൊണ്ടാണ് അവർ ജപ്പാനിൽ അണുബോംബ് വർഷിച്ചത്.

എന്നാൽ മാർക്സിയൻ ചിന്തകരായ വിമർശനാത്മക സൈദ്ധാന്തികർ (വിമർശനാത്മക സൈദ്ധാന്തികർ രണ്ടാംലോക മഹായുദ്ധത്തിനു ശേഷമുണ്ടായ മുതലാളിത്തത്തെയും സാങ്കേതികസമൂഹത്തെയും വിമർശനാത്മകയുക്തിയുടെ അടിസ്ഥാനത്തിൽ വിലയിരുത്തി. യുക്തിക്ക് ഒരേസമയം സിദ്ധാന്തത്തിന്റെയും പ്രയോഗത്തിന്റെയും വ്യാപ്തി ഉള്ളതിനാൽ അതിന് പുതിയ സമൂഹത്തെ അപഗ്രഥിക്കുവാനും തിരുത്തുവാനും കഴിവുണ്ടെന്ന് മനസിലാക്കിയ ഈ ഇടതുപക്ഷ മാർക്സിയന്മാർ യുക്തിയെ തങ്ങളുടെ രീതിശാസ്ത്രമായി തെരഞ്ഞെടുത്തുകൊണ്ട് മാർക്സിസത്തിന് പുതിയ അടിത്തറ നൽകി) ഇതിന് മറുപടി നൽകുന്നു. അവർ യുക്തിയെ അതുപോലെ സ്വീകരിക്കാതെ 'വിമർശനാത്മക യുക്തി' എന്നു പേരിട്ടു. ഇത് ഒരേസമയം മതത്തെയും മുതലാളിത്തത്തെയും ശാസ്ത്രത്തെയും വിമർശിച്ചു. വിമർശനാത്മകയുക്തി=വൈ

രുധ്യാത്മകയുക്തി എന്ന് ഹെർബർട്ട് മാർക്യൂസ് വിലയിരുത്തി. വൈരു
ധ്യാത്മക ഭൗതികവാദ (വൈരുധ്യാത്മകഭൗതികവാദം മാർക്സിസ
ത്തിന്റെ അടിത്തറയാണ്. സിദ്ധാന്തത്തിന്റെയും പ്രയോഗത്തിന്റെയും
സാധ്യത ഒരേപോലെ പ്രധാനപ്പെട്ടതാണെന്ന് ഈ ചിന്ത മുന്നോട്ടുവയ്
ക്കുന്നു)ത്തിന്റെ പുതിയ മുഖമാണിതെന്ന് അദ്ദേഹം പൂരിപ്പിച്ചു. അന്യ
വൽക്കരണ (താൻ നിർമിച്ച ഉൽപ്പന്നത്തിൽനിന്ന് താൻ അന്യനായി മാറി
പ്പോയി എന്ന തോന്നലാണ് അന്യവൽക്കരണം) ത്തിലൂടെ മതത്തെയും
വൈരുധ്യാത്മക ഭൗതികവാദത്തിലൂടെ കേവല ഭൗതികവാദത്തെയും
മാർക്സിസം നിരസിച്ചു.

വിമർശനാത്മക സിദ്ധാന്തത്തിൽനിന്നും ആരംഭിക്കുന്ന പുതിയ
കർത്തൃത്വത്തിൽ 'സംസ്കാരം' നായകസ്ഥാനത്തേക്ക് കടന്നുവന്നു.
മാനവികനെ ബാധിക്കുന്ന എല്ലാ പ്രശ്നങ്ങളും സാംസ്കാരികമാണെന്നും
അതിനെ അപഗ്രഥിക്കുകയും, അതിന് അതേ രീതിശാസ്ത്രത്തിൽ പരി
ഹാരം തേടുകയുമാണ് വേണ്ടതെന്നും പുതിയ ചിന്ത വാദിച്ചു. ഹെഗൽ
സമൂഹത്തെ ചരിത്രത്തിൽ സമ്പൂർണത (totality)യിലാണ് വിലയിരു
ത്തിയത്. എന്നാൽ ചരിത്രത്തിന് പല സംസ്കാരങ്ങളെ സംബോധന
ചെയ്യേണ്ടതിനാൽ അതിനെ പലതരം സംസ്കാരങ്ങളിലായി വിഭജിക്കേ
ണ്ടതുണ്ടെന്ന് പിൽക്കാല മാർക്സിസ്റ്റുകൾ തിരിച്ചറിയുകയും അവർ
ചരിത്രത്തെ പല സംസ്കാരങ്ങളായി അപകേന്ദ്രീകരിക്കുകയും ചെയ്തു.
ഘടനാവാദത്തിനുശേഷമുള്ള മാർക്സിസ്റ്റുകളാണ് ഈ സമീപനത്തി
ലെത്തിയത്. ഈ അപ-കേന്ദ്രീകരണമാണ് പിൽക്കാലത്ത് ദറീദ അപ
നിർമാണമായി വികസിപ്പിച്ചത് (ദറീദയുടേത് ഭാഷയുടെ അപകേന്ദ്രീക
രണ സിദ്ധാന്തമായിരുന്നുവെങ്കിലും അത് സംസ്കാരത്തിന്റെ അപ
കേന്ദ്രീകരണമായി വികസിക്കുകയായിരുന്നു). ദർശനത്തിലൂടെയും
ശാസ്ത്രത്തിലൂടെയും വികസിച്ച ആ പ്രസ്ഥാനം പിന്നീട് ലോകം മുഴു
വൻ കീഴടക്കി.

1960 കളോടെ ഘടനാവാദം രംഗപ്രവേശനം ചെയ്തു. ഘടനാവാദം
ഭാഷയെ ലാങ് എന്നും പരോൾ എന്നും വേർതിരിച്ചു. പരോൾ എന്നാൽ
വ്യക്തിഭാഷയാണെന്നും ലാങ് എന്നാൽ സമൂഹഭാഷയാണെന്നും
സൊസ്യൂർ വിശദീകരിച്ചു. പരോൾ ലാങ്ങിനുള്ളിൽ നടക്കുന്നതിനാൽ
വ്യക്തിഭാഷയെക്കാൾ പ്രാധാന്യം സമൂഹഭാഷയ്ക്കാണെന്ന് സൊസ്യൂർ
വാദിച്ചു. അതുകൊണ്ടുതന്നെ വ്യക്തിയെക്കാൾ സമൂഹത്തിനാണ് പ്രധാ
ന്യമെന്ന് സൊസ്യൂർ തിരിച്ചറിഞ്ഞു. വ്യക്തിവാദത്തിന്റെ കുർമബുദ്ധിക്കു
മേൽ സമൂഹത്തിന്റെ ചെറുത്തുനിൽപ്പായി അങ്ങനെ ഘടനാവാദം മാറി.

ഇതിന്റെ തുടർച്ചയായിരുന്നു ബാർത്ത് ഉത്തരവലനാവാദത്തിൽ
ചെയ്തത്. അതിനുമുമ്പ് അതുവരെയുണ്ടായിരുന്ന സാഹിത്യവിമർശന
ത്തിന്റെ ഒരു പൊതുസമീപനം എന്തായിരുന്നുവെന്ന് പരിശോധിക്കണം.

സാഹിത്യകാരന്റെ ആത്മസംഘർഷം, വികാരം, എഴുത്തിന് കാരണ
മായ ഘടകങ്ങൾ, മാനസികാവസ്ഥ എന്നിവയെ അയാളുടെ ജീവചരിത്ര

ത്തിൽനിന്നും ആത്മകഥയിൽനിന്നും കണ്ടെത്തി സാഹിത്യകാരൻ എന്തായിരുന്നുവെന്ന് പഠിക്കുകയായിരുന്നു. എന്നാൽ ബാർത്ത് പറയു ന്നു, "ഇനി എഴുത്തുകാരന് പ്രസക്തിയില്ല. എഴുത്തുകാരൻ മരിച്ചു. ഇനി യുള്ളത് എഴുത്തുമാത്രം." എഴുത്തുകാരന്റെ ജീവിതചര്യ പഠിക്കലല്ല ഒരു സാഹിത്യവിമർശകന്റെ ജോലി. മറിച്ച്, എഴുത്തുകാരൻ എഴുതിയ കൃതികളിലൂടെ സംസ്കാരവും രാഷ്ട്രീയവും അന്വേഷിക്കലാണ് ഇനി വിമർശകന്റെ ജോലി. ഗ്രന്ഥകാരന്റെ അഭാവത്തിൽ ഇനി പാഠമാണ് വിമർശകനെ നയിക്കുക. ചുരുക്കത്തിൽ, വ്യക്തികേന്ദ്രിതമായ ഒരു കർത്തൃത്വത്തിൽനിന്ന് സാഹിത്യത്തെ സമൂഹകേന്ദ്രിത (സംസ്കാരം, രാഷ്ട്രീയം) കർത്തൃത്വത്തിലേക്ക് ബാർത്ത് വഴിമാറ്റിതെളിച്ചു.

എ) എന്തുകൊണ്ട് ആധുനികതാവാദകർത്തൃത്വം വിമർശിക്കപ്പെ ടണം:

വ്യക്തിക്ക് അമിതപ്രാധാന്യം നൽകുകയും സമൂഹത്തെ തിരസ്കരി ക്കുകയും ചെയ്യുന്ന പ്രസ്ഥാനമാണ് ആധുനികതാവാദം. അതിലെ കർത്തൃത്വങ്ങൾ ഏകാകികളും റിബലുകളും വിഷാദികളുമാണ്. സ്വന്തം സ്വാതന്ത്ര്യം നേടിയെടുക്കാൻ സമൂഹം, യുക്തി, ചരിത്രം എന്നിവ വില ങ്ങുതടിയായി മാറിയതോടെ ഇവയെ തള്ളിക്കളഞ്ഞുകൊണ്ട് അവർ സാഹിത്യത്തിലും ദർശനത്തിലും തങ്ങളുടെ നിലപാടുകൾ വ്യക്തമാ ക്കി. മാത്രമല്ല, ഇവർക്ക് വ്യക്തിയെന്നാൽ 'പുരുഷൻ' എന്നുമാത്രമായി രുന്നു അർഥം. സ്ത്രീകളെ അവർ പാർശ്വവൽക്കരിച്ചു. സാഹിത്യത്തി നുപുറത്ത് അവരെ അടയാളപ്പെടുത്തി. അങ്ങനെ സമൂഹത്തെയും ചരി ത്രത്തെയും സ്ത്രീയെയും യുക്തിയെയും പാർശ്വവൽക്കരിച്ച് ഈ കർത്തൃത്വം ബൂർഷ്വാസങ്കൽപ്പങ്ങളോട് സന്ധി ചെയ്തു.

രണ്ടാം ലോകമഹായുദ്ധത്തിനുശേഷം ഉരുത്തിരിഞ്ഞുവന്ന പ്രസ്ഥാ നമാണ് അസ്തിത്വവാദം. അസ്തിത്വവാദത്തെ ആസ്തിക അസ്തിത്വ വാദമെന്നും നാസ്തിക അസ്തിത്വവാദമെന്നും രണ്ടായി തിരിക്കാം. ആസ്തിക അസ്തിത്വവാദം കൂടുതൽ ആശയവാദപരവും ദൈവവിശ്വാ സത്തെ ബലപ്പെടുത്തുന്നതുമായിരുന്നു. സോറൻ കീർക്കേഗോർ, കാൾ ജാസ്പേഴ്സ് എന്നിവരായിരുന്നു ഇതിന്റെ വക്താക്കൾ. നാസ്തിക അസ്തിത്വവാദം, വ്യക്തിയുടെ കടമകളിലൂടെയാണ് അവന്റെ അസ്തിത്വം തിരിച്ചറിയുന്നതെന്ന കാഴ്ചപ്പാട് അതിനെ പ്രായോഗികവൽക്കരിക്കു കയും അവയ്ക്ക് നിരീശ്വരവാദത്തിന്റെ മുഖം നൽകുകയും ചെയ്തു. സാർത്ര്,ഹൈഡഗർ എന്നിവരായിരുന്നു പ്രധാന നാസ്തിക അസ്തിത്വ വാദികൾ. ചരിത്രത്തെ നിരാകരിക്കലായിരുന്നു അസ്തിത്വവാദികൾ ചെയ്തത്. അതുവഴി ഹെഗലിയൻ ചരിത്രവാദം മുന്നോട്ടുവച്ച യുക്തിയെ അവർ ചോദ്യം ചെയ്തു. കീർക്കേഗോർ ഈശ്വരവിശ്വാസത്തിലൂടെയാണ് ഇത് നിർവഹിച്ചത്. എന്നാൽ ചരിത്രയുക്തിയെ നിരാകരിച്ച അസ്തിത്വ വാദികൾ അറിഞ്ഞോ അറിയാതെയോ അവരുടെ ദർശനത്തിന് തുരങ്കം

വയ്ക്കുകയായിരുന്നു. മാനവിക വികാസത്തിന് ചരിത്രം വഹിച്ച പങ്കിനെ എഴുതിത്തള്ളിയ ആധുനികതാവാദം മാനവികന്റെ സ്വാതന്ത്ര്യം, അവകാശം എന്നിവയെ മനഃപൂർവം മറച്ചുവയ്ക്കാൻ ശ്രമിച്ചു. ഇത് ആധുനികതാവാദത്തിന്റെ വികാസത്തിനുതന്നെ വിലങ്ങുതടിയായി.

ആധുനികതാവാദം ഭാഷയെ ഉപരിവർഗവൽക്കരിച്ചു. അങ്ങനെ 'വ്യക്തിഭാഷ' എന്ന 'ഉപഭാഷ' യഥാർഥഭാഷയുടെമേൽ ഉപരിവർഗവാദം സൃഷ്ടിച്ചു. എം ടിയുടെ ഭാഷയെ ഇവിടെ ഉദാഹരണമായി സ്വീകരിക്കാം. എം ടി പ്രാഗ്-അസ്തിത്വവാദിയാണ്. എം ടിയുടെ നോവലുകളിലെ കഥാപാത്രങ്ങൾ ഏകാന്തതയും റിബൽജീവിതവും നയിക്കുന്ന കഥാപാത്രങ്ങൾ ആകയാൽ അദ്ദേഹത്തെ ഒരു പ്രാഗ്-അസ്തിത്വവാദിയെന്ന് വിളിക്കാം. അങ്ങനെവരുമ്പോൾ, എം ടി സാഹിത്യത്തിൽ സൃഷ്ടിച്ച ഉപവർഗപ്രവണത ആധുനികതാവാദത്തിന്റെ ആരംഭമായി കണക്കാക്കാം. ഇന്നും സാഹിത്യകാരന്മാരെയും ടി വി അവതാരകരെയും സിനിമാപ്രവർത്തകരെയും ഭരിക്കുന്നത് ഈ ഉപഭാഷയാണ്. ആധുനികതാവാദത്തിൽ എത്തുമ്പോൾ ഇങ്ങനെയുള്ള ഉപഭാഷ കുറച്ചുകൂടി സജീവമാകുകയും അവയുടെ വ്യാപ്തി ദർശനത്തിലേക്ക് നീട്ടുകയും ചെയ്യുന്നു. അതുകൊണ്ട് രണ്ട് നേട്ടമാണ് ഇത്തരക്കാർ നേടിയെടുക്കുന്നത്. 1) ഭാഷയെ ഉപരിവർഗവൽക്കരിക്കുന്നു. 2) ഭാഷയെ ദാർശനികവൽക്കരിക്കുന്നു. ഇത് രണ്ടും സാമാന്യജനങ്ങളെ ഭാഷയിൽനിന്നും സാഹിത്യത്തിൽനിന്നും പുറന്തള്ളുന്നു. ഇതിനെ അഡോർണോ ഭാഷയുടെ ജീർണത എന്നുവിളിക്കുന്നു.

ഭവനം എന്നാൽ സുരക്ഷിതത്വം എന്നാണെന്ന് ഹൈഡഗർ പറയുന്നു. അപ്പോൾ തീർച്ചയായും ഭവനം ഇല്ലാത്തവൻ അരക്ഷിതാവസ്ഥയിലാണ്. വ്യാവസായികവൽക്കരണം നഗരങ്ങളെ കേന്ദ്രീകരിച്ച് തൊഴിലും അതിലൂടെ നേടുന്ന കൂലിയിലൂടെ തൊഴിലാളി ഭവനങ്ങൾ നിർമിക്കുകയും ചെയ്തു. ഈയൊരു മോഹം മുന്നിൽ കണ്ടുകൊണ്ട് ഗ്രാമങ്ങളിൽനിന്ന് നഗരങ്ങളിലേക്ക് തൊഴിൽരഹിതരായ യുവാക്കളുടെ ഒരു പ്രവാഹം തന്നെയുണ്ടായി. എന്നാൽ വ്യാവസായികവൽക്കരണത്തിന് തൊഴിൽരഹിതരുടെ ഈ കുത്തൊഴുക്ക് താങ്ങാവുന്നതിലപ്പുറമായിരുന്നു. ഇത് നഗരങ്ങളെ താറുമാറാക്കി. വ്യാവസായ സംരംഭകർക്ക് നൽകാവുന്ന തൊഴിൽസാധ്യതകളെക്കാൾ തൊഴിൽരഹിതർ നഗരങ്ങളിൽ കുമിഞ്ഞുകൂടി. അവർ ഒഴിവുവേളകളിൽ ഗ്രാമത്തിന്റെ സ്വച്ഛതയിലേക്ക് സ്വപ്നപലായനം നടത്തി. ഈ സ്വപ്നപലായനം ആധുനികതാവാദ സാഹിത്യത്തിൽ വലിയൊരു സ്ഥാനമാണ് നേടിയെടുത്തത്. മലയാളത്തിൽ ഏത് ആധുനികതാവാദ നോവലെടുത്താലും ഇത് ദൃശ്യമാകും. തിങ്ങിനിറഞ്ഞ ആവാസവ്യവസ്ഥയും തൊഴിൽരഹിത അവസ്ഥയും മനോരോഗങ്ങൾക്ക് കാരണമായി. ഭവനം=സ്വാതന്ത്ര്യം എന്ന നിർവചനം കടപുഴകുകയും നഗരങ്ങളിലെ ഭവനം മനോരോഗികളെക്കൊണ്ട് നിറയുകയും ചെയ്തു. ഇത് കാണിക്കുന്നത് നഗരവൽക്കരണ

ത്തിന്റെ കറുത്തമുഖമാണ്. ഈ അവസ്ഥയെ സാംസ്കാരികമായും മനഃ ശാസ്ത്രപരമായും അപഗ്രഥിക്കാൻ ഒരുമ്പെടാതെ അവയെ സ്വപ്നപലാ യനങ്ങളിൽ സാഹിത്യവും ദർശനവും കുടുക്കിയത് ആധുനികതാവാദം ചെയ്ത ഏറ്റവും വലിയ പാതകമാണ്.

മുതലാളിത്ത ആധുനികതാവാദം ദർശനത്തെ ആധികാരികവൽക്ക രിക്കുന്ന കാഴ്ച കാണാൻ സാധിക്കും. ദർശനം സാമാന്യജനങ്ങൾക്ക് വ്യവഹാരം ചെയ്യാവുന്ന ഒന്നല്ല എന്ന് ആദ്യമായി വിളിച്ചുപറഞ്ഞത് ആധു നികതാവാദമാണ്. മാത്രമല്ല, അവർ മുന്നോട്ടുവച്ച വ്യക്തിസ്വാതന്ത്ര്യം ഉപരിവർഗത്തിന്റെ വ്യക്തിസ്വാതന്ത്ര്യമായിരുന്നു. അതുകൊണ്ടുതന്നെ അവരുടെ ദർശനം ഉപരിവർഗത്തെയാണ് സംബോധന ചെയ്തത്. "ഭാഗ്യം, കാൾ മാർക്സ് അതിഭൗതികതയെക്കുറിച്ച് ഒന്നും പറഞ്ഞിട്ടില്ല" എന്ന് കാൾ ഓസ്പേഴ്സ് നെടുവീർപ്പിടുന്നത് ഈ അവസരത്തിലാണ്. ഇതിൽനിന്നും മനസിലാകുന്നത് 'അതിഭൗതികത' സാധാരണക്കാരനെ ഉദ്ദേശിച്ചല്ല എന്നതുതന്നെ. എന്നാൽ കാൾ മാർക്സ് 'അതിഭൗതികത'യെ 'പ്രത്യയശാസ്ത്രം' എന്നുപേരിട്ട് അതിനെ നവീകരിക്കുകയും ഭൗതിക വൽക്കരിക്കുകയും ചെയ്തു. ഭൗതികവൽക്കരിക്കുകയെന്നാൽ സാമാ ന്യജനങ്ങൾക്ക് വിശദീകരിക്കുകയെന്നാണർഥം. എന്നാൽ ദർശനത്തെ സാധാരണജനങ്ങൾക്ക് അപ്രാപ്യമാണെന്ന ബോധ്യത്തോടെ പ്രവർത്തി ച്ചതിന്റെ പരിണതഫലമാണ് അസ്തിത്വവാദം. അതുകൊണ്ട് അവർ റിയ ലിസത്തെ ചവറ്റുകുട്ടയിലേക്കാണ് തള്ളിയിടുന്നത്. ചുരുക്കത്തിൽ ദർശ നത്തെ നിഗൂഢവൽക്കരിക്കുകയാണ് ആധുനികതാവാദികൾ ചെയ്ത ത്. അതുകൊണ്ട് അക്കാദമിക പണ്ഡിതന്മാർക്കും ഉപരിവർഗത്തിനും മാത്രം ചർച്ചചെയ്യാവുന്ന ഒന്നായി ദർശനം മാറി. "എനിക്ക് അസ്തിത്വ വ്യഥ താങ്ങാൻ കഴിയുന്നില്ല" എന്ന് ഒരു സാധാരണക്കാരനോട് പറ ഞ്ഞാൽ, അവന് മനസിലാകാതെ പോകുന്നത് 'ദർശനത്തിന്റെ ആധി കാരികവൽക്കരണ'മാണ്. എന്നാൽ മാർക്സിസ്റ്റുകാർ ദർശനത്തെ പ്രായോഗികവൽക്കരണത്തിലൂടെ സാധാരണക്കാരിലെത്തിക്കുകയും അവരുടെ ഭാഷയിൽ സംസാരിക്കുകയും ചെയ്യുന്നു. ഇത് ആധുനികതാ വാദത്തിന് അവകാശപ്പെടാൻ കഴിയാത്ത ഒരു സ്വാതന്ത്ര്യമാണ്.

ഇനി ആധുനികതാവാദത്തിന്റെ കർത്തൃത്വസങ്കൽപ്പം എന്തായി രുന്നുവെന്ന് നോക്കാം. കർത്താവ്=ശ്രേഷ്ഠൻ (ചിന്തയിലോ പ്രവൃത്തി യിലോ വരേണ്യതയിലോ ബുദ്ധിയിലോ) എന്നായിരുന്നു. എന്നാൽ കാൾമാർക്സ് മുന്നോട്ടുവച്ച കർത്തൃത്വം എന്തായിരുന്നു? കർത്തൃത്വം=നി മ്നൻ (കർഷകനോ തൊഴിലാളിയോ) എന്നായിരുന്നു. അവൻ വരേണ്യ നായിരുന്നില്ല. അവൻ തീർത്തും സാധാരണക്കാരനായിരുന്നു. അവനെ അലട്ടിയ പ്രശ്നങ്ങൾ സാധാരണക്കാരന്റെ സാമ്പത്തികബുദ്ധിമുട്ടുകൾ ആയിരുന്നു. അവൻ പ്രശ്നങ്ങളെ പ്രായോഗികമായി വിലയിരുത്തി. എന്നാൽ അടിമയെക്കാൾ താൻ മുന്നിലാണെന്ന് തിരിച്ചറിഞ്ഞു. തനിക്ക്

സംഘടിച്ചാൽ ഈ ലോകത്ത് പലതും വെട്ടിപ്പിടിക്കാൻ കഴിയും എന്ന
വൻ തിരിച്ചറിഞ്ഞു. അവൻ സ്വന്തം പ്രശ്നങ്ങൾ മറ്റുള്ളവരുമായി പങ്കു
വച്ചു. അതിന് പരിഹാരം തേടി. എന്നാൽ ആധുനികതാവാദത്തിലെ നായ
കൻ ശ്രേഷ്ഠനായിരുന്നു. തന്റെ സ്ഥാനം കുലീന സമൂഹത്തിലാണെന്ന്
അവൻ വിശ്വസിച്ചു. ചിന്തകൻ ആയതിനാൽ തന്നെ ബാധിക്കുന്ന പ്രശ്ന
ങ്ങൾ തന്നിൽ മാത്രം കുഴിച്ചിട്ടു. താൻ ഏകനാണെന്ന് തിരിച്ചറിഞ്ഞു.
അതേസമയം, താൻ നിഷേധിയുമാണെന്ന് വിലയിരുത്തി. "കല എനിക്കു
വേണ്ടി" എന്ന് സാഹിത്യത്തിൽ അവൻ അടയാളപ്പെടുത്തി. അവൻ വരേ
ണ്യനായിരുന്നു. അതിനാൽ താഴേക്കിടയിലുള്ളവരോട് അവന് പുച്ഛമായി
രുന്നു. വിജനമായ സ്ഥലത്തെ ഒറ്റപ്പെട്ട വീട് അവന് ചിന്തിക്കുവാനുള്ള
സ്ഥലമായി അവൻ തെരഞ്ഞെടുത്തു. സമൂഹത്തോട് തനിക്ക് വലിയ
പ്രതിപത്തിവേണ്ട എന്ന് സ്വയം വിലയിരുത്തി. തന്റെ ഒറ്റപ്പെട്ട ചിന്ത
ശ്രേഷ്ഠമാണെന്നും അത് മനസിലാക്കാൻ സാധാരണക്കാരന് കഴിയി
ല്ലെന്നും അവൻ അഹങ്കരിച്ചു. അവസാനം ഭ്രാന്താലയത്തിൽ ഒരു മുറി
യിലോ, ആത്മഹത്യചെയ്തോ ജീവിതം അവസാനിപ്പിച്ചു.

     ആത്മഹത്യയെ അല്ലെങ്കിൽ മരണത്തെ പവിത്രവൽക്കരിച്ച ഒരു
പ്രസ്ഥാനമാണ് ആധുനികതാവാദം. ഹൈഡഗറിന്റെ അഭിപ്രായത്തിൽ
"ഡെയ്സിനിലേക്ക് (അസ്തിത്വത്തിന്റെ മറ്റൊരു പേര്) നമ്മെ നയിക്കാൻ
മരണത്തിന് കഴിയും." മരണത്തിലൂടെ സാക്ഷാൽക്കാരത്തിലേക്ക്
എന്നർഥം. മരണം, കൊലപാതകം തുടങ്ങിയവ ഒരു ആവിഷ്കാരത്തിന്റെ
ഭാഗമാകുന്നത് ഹിറ്റ്ലറിനെപ്പോലുള്ള വർണവെറിയന്മാർക്ക് പുതിയ അവ
ബോധം നൽകും. അവ കമ്യൂണിസ്റ്റുകളെയും ജൂതന്മാരെയും തിരഞ്ഞു
പിടിച്ച് കൊലപ്പെടുത്തി. മാത്രമല്ല അതിനെ ഒരു ആവിഷ്കാരമായി വില
യിരുത്തി. പക്ഷേ ഹൈഡഗർ മരണത്തെ 'ആത്മസാക്ഷാൽക്കാരം'
എന്നാണ് വിലയിരുത്തിയത്. അവയെ വിശാലമായ സാമൂഹ്യ അർഥ
ത്തിൽ ഹിറ്റ്ലർ ഉപയോഗപ്പെടുത്തി എന്നുമാത്രം. മരണത്തെ വ്യക്തി
പരമായ ഒരു പ്രവൃത്തിയായി ആധുനികതാവാദത്തിനുമുമ്പ് ആരും ശക്ത
മായി ഉന്നയിച്ചിരുന്നില്ല. മറിച്ച് അത് ഒരു സാമൂഹ്യപ്രശ്നമായിരുന്നു.
എന്നാൽ ആധുനികതാവാദം മരണത്തെ സാമൂഹ്യബന്ധങ്ങളിൽനിന്ന്
അടർത്തിമാറ്റുകയും അവയെ ആത്മസാക്ഷാത്ക്കാരവുമായി ബന്ധിപ്പി
ക്കുകയും ചെയ്തു. നേരത്തെ ചൂണ്ടിക്കാട്ടിയതുപോലെ അസ്വതന്ത്ര
നായ ആധുനികതാവാദി (ശ്രേഷ്ഠദാവാദി)ക്ക് സ്വാതന്ത്ര്യം നേടിക്കൊടു
ക്കാനുള്ള പോംവഴിയായി മരണത്തെ, ആത്മഹത്യ ശ്രേഷ്ഠവൽക്കരിച്ചു.
അതുകൊണ്ടാണ് ആധുനികതാവാദികൾ മരണം ഒരു ആവിഷ്ക്കാരമാ
ണെന്ന് പറയുന്നത്. മരണത്തെ സാംസ്കാരിക-സാമൂഹിക പരിധിയി
ത്തിൽനിന്ന് മാറ്റിത്തീർത്തും വൈയക്തികമായും അപഗ്രഥിച്ചതിന്റെ
പാകപ്പിഴയാണ് ഇതെന്ന് അഡോർണോ പറയുന്നു. ആധുനികതാവാദം
വിതച്ച മറ്റൊരു വിപത്താണിത്.

ബി) കോളനി–കോളനിയാനന്തര കർത്തൃത്വം

ഇനി കർത്തൃത്വം കോളനി–കോളനിയാനന്തര പഠനങ്ങളിൽ എങ്ങനെ വ്യാഖ്യാനിക്കപ്പെടുന്നു എന്നു ചിന്തിക്കേണ്ടതായുണ്ട്. കോള നി–കോളനിയാനന്തര രാജ്യങ്ങളിലെ പൗരന്മാരെ സൂചിപ്പിക്കാനാണ് 'കർത്തൃത്വം' എന്ന പദം കോളനിയാനന്തര പഠനങ്ങളിൽ ഉപയോഗി ക്കുന്നത്. അവരുടെ സത്ത, ആധിപത്യത്തിന്മേലുള്ള അവരുടെ ചെറു ത്തുനിൽപ്പ്, അടിമത്തം, കീഴടങ്ങൽ എന്നീ അർത്ഥങ്ങളിലാണ് 'കർത്തൃ ത്വം' എന്ന പദം കോളനി–കോളനിയാനന്തര പഠനങ്ങളിൽ ഇടംനേടു ന്നത്.

ബ്രിട്ടൻ, ഫ്രാൻസ്, പോർച്ചുഗൽ, സ്പെയിൻ എന്നീ യൂറോപ്യൻ സാമ്രാജ്യത്വ രാജ്യങ്ങളുടെ അധീനതയിൽ കിടക്കുന്ന കോളനി രാജ്യ ങ്ങളെയാണ് കോളനി പഠനത്തിൽ ഉൾപ്പെടുത്തിയിരിക്കുന്നത്. മുൻ പറഞ്ഞ സാമ്രാജ്യത്വശക്തികൾ തങ്ങളുടെ കോളനിയിൽനിന്ന് വേർപിരി ഞ്ഞതിനുശേഷമുള്ള അവരുടെ ദേശീയ സംസ്കാരത്തെയാണ് കോള നിയാനന്തരം (post-colonial) എന്ന പദംകൊണ്ട് വിവക്ഷിക്കുന്നത്. സ്വാത ന്ത്ര്യത്തിനു മുമ്പ്, സ്വാതന്ത്ര്യത്തിനുശേഷം (colonial period, post-colonial period) എന്ന വേർതിരിവ് സാഹിത്യപഠനത്തിൽ പ്രസക്തമാ ണ്. ഇവയുടെ താരതമ്യപഠനത്തിന് വളരെയധികം പ്രസക്തിയുണ്ട്.

കോളനിയാനന്തരത്തിന്റെ അർത്ഥവ്യാപ്തി സാമ്രാജ്യത്വശക്തിക ളുടെ അധീശതയിൽ കഴിഞ്ഞ സംസ്കാരം മുതൽ ഇന്നത്തെ രഹസ്യ സ്വഭാവം പുലർത്തുന്ന കോളനി സംസ്കാരം വരെ നീണ്ടുകിടക്കുന്നു. ഇതിനു കാരണം, യൂറോപ്യൻ ശക്തികളുടെ ആക്രമണസ്വഭാവം ചരിത്ര ത്തിൽ ഇന്നും തുടരുന്നുണ്ട് എന്നതാണ്. കോളനിവൽക്കൃതരാജ്യങ്ങ ളിലെ സങ്കരസംസ്കാരത്തെക്കുറിച്ചുള്ള പഠനങ്ങൾ അടുത്തകാല ത്താണ് തുടക്കം കുറിച്ചതെങ്കിലും അവരുടെ വ്യവഹാരങ്ങൾക്ക് നൂറ്റാണ്ടു കളുടെ പഴക്കം തന്നെയുണ്ട്. അതുകൊണ്ട് യൂറോപ്യൻ ശക്തികളുടെ സാമ്രാജ്യത്വകാലവും അതിനുശേഷമുള്ള കാലവും സമകാലിക സാഹി ത്യപഠനങ്ങളിൽ വിഷയം തേടുന്നു. ചുരുക്കത്തിൽ 'കോളനിയാനന്തരം' എന്ന പദത്തിന്റെ അർത്ഥവ്യാപ്തി കോളനി സ്വാതന്ത്ര്യമായതിനുശേഷ മാണെന്നാണ്. എന്നാൽ അതിന്റെ വിസ്തൃതമായ അർത്ഥം കോളനി സ്വാതന്ത്ര്യമാകുന്നതിനുമുമ്പും അതിനുശേഷവും വരെയുള്ള കാലഘട്ട മാണ്.

സി) ഉത്തരാധുനിക കർത്തൃത്വവീക്ഷണം

ഉത്തരാധുനിക കർത്താവ് 'അമാനവിക വാദി'യാണ്. എന്താണ് അമാനവികവാദം? ഇതിന് ഉത്തരം പറയുന്നതിനുമുമ്പ് മാർക്സിയൻ പുനർവായനയും, ഫ്രോയ്ഡിയൻ പുനർവായനയുമാണ് അമാനവിക വാദത്തിന്റെ ഉദയകേന്ദ്രമെന്ന് പറഞ്ഞുകൊള്ളട്ടെ. ഘടനാവാദത്തോടെ യാണ് അമാനവികവാദം ഉദ്ഘോഷിക്കപ്പെട്ടത്. അൽത്തൂസറും

ലക്കാനും ഫൂക്കോയും 'അമാനവികവാദി'യാണെന്ന് പ്രഖ്യാപിക്കുന്ന
തിൽ ഉത്സാഹികളായിരുന്നു.

അൽത്തൂസർ പറയുന്നത് ഇങ്ങനെയാണ്: "സ്റ്റാലിന്റെ ഭരണവും
സ്റ്റാലിന്റെ ഭരണശേഷവും ഉണ്ടായ പ്രതിഭാസങ്ങൾ കണക്കിലെടുക്കു
മ്പോൾ മാർക്സിസം സൈദ്ധാന്തികമായി ഒരു അമാനവികവാദ പ്രസ്ഥാ
നമായി കഴിഞ്ഞു." സാർവദേശീയ വിപ്ലവം ഒരു അടഞ്ഞ അധ്യായമായ
തോടെ സാർവലൗകിക പൗരൻ അഥവാ മാനവികവാദി മാർക്സിയൻ
കാഴ്ചപ്പാടിൽ അപ്രസക്തനായി എന്നദ്ദേഹം വിലയിരുത്തുന്നു. മാത്ര
മല്ല, സ്റ്റാലിന്റെ മരണശേഷം ജനാധിപത്യത്തിലേക്കു തിരിഞ്ഞ റഷ്യ
ക്രിസ്തുമതത്തിന് അനുകൂലമായ നിലപാടുകൾ സ്വീകരിച്ചു. അതു
കൊണ്ട് ക്രിസ്തുമതം മുന്നോട്ടുവയ്ക്കുന്ന മാനവികവാദം മാർക്സിസ്റ്റു
കാർ അംഗീകരിക്കുന്നുവെന്ന ബോധം ജനങ്ങൾക്കിടയിലുണ്ടായ സ്ഥിതി
ക്ക്, കമ്യൂണിസം ക്രിസ്തുമത മാനവികവാദം അല്ലെന്നും അത് അമാന
വികവാദ പ്രസ്ഥാനമാണെന്നും സൈദ്ധാന്തികമായി അവയെ വേർതിരി
ക്കേണ്ട ചുമതല മാർക്സിയൻ സൈദ്ധാന്തികന്മാർക്കാണെന്നും അൽ
ത്തൂസർ മനസിലാക്കി. അങ്ങനെ മാർക്സിസം=അമാനവികവാദം എന്ന
നിർവചനത്തിൽ അൽത്തൂസർ എത്തിച്ചേർന്നു. ഘടനാവാദം മൊത്ത
ത്തിൽ അമാനവികവാദത്തെ പ്രതിനിധീകരിക്കുന്നതിനാലാണ് അൽത്തൂ
സർ ഈ നിലപാട് കൈക്കൊണ്ടത്.

ഇനി ഫ്രോയ്ഡിന്റെ കാര്യമെടുക്കാം. റഷ്യയിൽ വർഗസമരം വിജ
യംനേടിയതോടെ ഫ്രോയ്ഡ് 'സമൂഹമനസ്സ്' എന്ന സങ്കൽപ്പത്തിൽ
എത്തിച്ചേർന്നു. ഇത് മനോവിശ്ലേഷണ സിദ്ധാന്തങ്ങളിൽ വൻകുതിപ്പിന്
സാധ്യത നൽകി. ദെക്കാർത്തിന്റെ "ഞാൻ ചിന്തിക്കുന്നു. അതുകൊണ്ട്
ഞാൻ ഉണ്ട്" എന്നതിലെ 'ഞാൻ' ബുർഷ്വാകർത്തൃത്വമാണെന്ന് ഫ്രോയ്
ഡിന്റെ പിൻഗാമിയായ ലക്കാൻ വിലയിരുത്തി. അതിനുശേഷം ആ
'ഞാനി'നെ ലക്കാൻ ഇങ്ങനെ തിരുത്തിയെഴുതി.

എപ്പോൾ ഞാൻ ചിന്തിക്കുന്നുവോ
അപ്പോൾ ഞാൻ ഇല്ല; അതുകൊണ്ട്
ഞാൻ ചിന്തിക്കാതിരിക്കുമ്പോഴാണ് ഞാൻ
ഉള്ളത്..... എന്റെ ചിന്തയുടെ കളിവസ്തു
വാകുന്നിടത്തെല്ലാം ഞാൻ ഇല്ല.....
ചിന്തിക്കുക എന്ന കാര്യത്തെക്കുറിച്ച്
ചിന്തിക്കാത്തിടത്താണ് ഞാൻ എന്താണെന്ന്
ഞാൻ ചിന്തിക്കുന്നത്.

ലക്കാൻ ഇവിടെ ഉന്നയിക്കുന്നത് അമാനവികവാദമാണ്. അത് ദെക്കാർ
ത്തിയൻ കർതൃത്വത്തിനെതിരാണ്. അബോധ മനഃശാസ്ത്രജ്ഞനായ
ലക്കാൻ 'അബോധം' വ്യക്തികേന്ദ്രീകരണത്തിന് എതിരാണെന്ന് പ്രഖ്യാ
പിക്കുന്നു. പ്രപഞ്ചത്തിലെ എല്ലാ പ്രവൃത്തിയും മനുഷ്യമനസിനെ
കേന്ദ്രീകരിച്ചുകൊണ്ടല്ല നടക്കുന്നത്. മറിച്ച്, മനുഷ്യമനസ്സ് ആ പ്രപഞ്ച

ത്തിലെ ഒരു കഷണം മാത്രമാണ്. ബോധമനസിന്റെ നിയമാവലിയിൽ നിന്നും ഓടി രക്ഷപ്പെടാനാണ് അബോധമനഃശാസ്ത്രം പറയുന്നത്. മനു ഷ്യൻ പ്രപഞ്ചത്തിന്റെ കേന്ദ്രബിന്ദുവല്ല. അതുകൊണ്ടാണ് ലക്കാൻ മുക ളിൽ കൊടുത്ത ദെക്കാർത്തിയൻ വിരുദ്ധ അമാനവികവാദ പ്രസ്താവന നടത്തേണ്ടിവന്നത്.

മനുഷ്യൻ പ്രപഞ്ചത്തിന്റെ കേന്ദ്രബിന്ദുവല്ല. മറിച്ച്, അതിന്റെ കഷണം മാത്രമാണെന്ന് തെളിയിക്കുന്നവാദം കോപ്പർനിക്കസിൽ നിന്നും ഉദയം ചെയ്തതാണ്. ഇതിനെ 'അലക്സാണ്ടറിയൻ ശാസ്ത്രം' എന്നു വിളിക്കുന്നു. ഇത് മനുഷ്യകേന്ദ്രിത മാനവികവാദത്തിനുനേരെ ഉയർന്ന ആദ്യ പ്രഹരമാണ്. രണ്ടാമത്തെ പ്രഹരം ഡാർവിനിൽനിന്നുണ്ടായതാ ണ്. മനുഷ്യൻ കുരങ്ങിന്റെ പരിണമിച്ച രൂപമാണെന്നും അതുകൊണ്ട് മനുഷ്യനും ഒരു മനുഷ്യജാതിയിൽപ്പെടുന്നതാണെന്ന വാദം ദെക്കാർത്തി യൻ കർതൃത്വത്തെ ചവിട്ടിമെതിച്ചു. മൂന്നാമത്തെ പ്രഹരം മനഃശാസ്ത്രം നൽകിയതാണ്. 'ബോധ' (ego)ത്തിന്റെ സ്ഥാനത്തെ 'അബോധ' (un-conscious mind) സ്ഥാനഭ്രംശം ചെയ്യുന്നു. മാത്രമല്ല, അബോധത്തിലൂ ടെയേ നമുക്ക് ബോധത്തിന്റെ വീട്ടിലേക്ക് കടക്കാൻ കഴിയൂ എന്നും വന്നു. അബോധം പ്രപഞ്ചവും ബോധം വീടുമാണ്.

20-ാം നൂറ്റാണ്ടിന്റെ രണ്ടാം പാദത്തിലാണ് ഈ വിപ്ലവം സംജാത മായത്. ഇത് ലക്കാൻ "ഫ്രോയ്ഡിലേക്കു മടങ്ങുക" എന്ന ആഹ്വാനത്തിൽ നിന്നും ഉടലെടുക്കുന്നു. മറ്റൊരർഥത്തിൽ, ഇത് ഈഗോ മനഃശാ സ്ത്രത്തിന്റെ അന്ത്യവും അബോധ മനഃശാസ്ത്രത്തിന്റെ ഉദയവും ആയി രുന്നു. 1954 ൽ സൂറിച്ചിലെ വർഷകാല സെമിനാറിൽ ലക്കാൻ ദെക്കാർത്തിയൻ 'ഞാൻ' എന്ന കർത്താവിനെ തകിടം മറിക്കേണ്ട ആവ ശ്യകതയെപ്പറ്റി വിശദീകരിച്ചു. നാം ഈ 'ഞാനി'ൽ നിന്നാണ് തുടങ്ങേ ണ്ടതെന്ന് ദെക്കാർത്തിയൻ കർത്താവിനെ 'കോപ്പർനിക്കസ് വിപ്ലവം' മറികടന്ന സ്ഥിതിക്ക് അതിന് ഊർജം പകരുകയാണ് ഇനിയുള്ള കർത്ത വ്യമെന്ന് 'അമാനവികവാദം' തിരിച്ചറിഞ്ഞു. അതിനായി, മാനവികവാദ വിരുദ്ധ പ്രവണതയ്ക്ക് നാം തുടക്കംകുറിക്കണമെന്നും ലക്കാൻ വാദി ക്കുന്നു. 20-ാം നൂറ്റാണ്ടിന്റെ ഉത്തരഭാഗത്തിലുള്ള പ്രമുഖചിന്തകരെല്ലാം – ഫൂക്കോ, ബാർത്ത്, ദറീദ, അൽത്തൂസർ, ലക്കാൻ-മാനവികവാദവിരുദ്ധ ചിന്തകരായിരുന്നു പുതിയ മാനവികവാദമാകട്ടെ അപകേന്ദ്രിത മാനവിക വാദമാണ്.

2

ആധുനികതാവാദ കർത്തൃത്വ പഠനങ്ങൾ

ഇരുപതാം നൂറ്റാണ്ടിന്റെ പൂർവാർധം യൂറോപ്പിൽ പ്രചരിച്ച ഒരു ബുർഷ്വാചിന്താഗതിയാണ് അസ്തിത്വവാദം. ബുർഷ്വാചിന്താഗതി എന്നു പറയാൻ കാരണം, അത് വ്യക്തികേന്ദ്രിത കർത്തൃത്വങ്ങളെയാണ് സംബോധന ചെയ്യുന്നത് എന്നതുതന്നെ. ലോകംതന്നെ വ്യക്തിക്കു വേണ്ടി നിർമിക്കപ്പെട്ടതാണെന്ന ചിന്താഗതിയാണ് അസ്തിത്വവാദ കർത്യ ത്വങ്ങൾ നടത്തുന്നത്. എല്ലാം വ്യക്തിക്കുവേണ്ടി, എല്ലാം വ്യക്തിയിലൂടെ എന്ന് അവർ വാദിച്ചു. എന്നാൽ 20-ാം നൂറ്റാണ്ടിന്റെ ഉത്തരാർധം ഇതിന് കടകവിരുദ്ധമായി ചിന്തിച്ചു. അതിന്റെ ഭാഗമാണ് ഫ്രാങ്ക്ഫുർട്ട് സ്കൂളും, നവ-മാർക്സിയൻ ചിന്തകരും. ഇവർ വ്യക്തികേന്ദ്രിത അസ്തിത്വ ചിന്ത യെ മാർക്സിയൻ സാമൂഹ്യ ചിന്തയുടെ പരിസരത്തിൽ വിമർശിക്കുക യുണ്ടായി. അതുകൊണ്ട് അവരുടെ രീതിശാസ്ത്രം 'സമൂഹം' എന്നായി. വ്യക്തിക്കുപകരം അവർ സമൂഹത്തെ പുനഃപ്രതിഷ്ഠിച്ചു. ഇവരെ ഉത്തരാ ധുനിക ചിന്തകർ എന്നു വിളിക്കുന്നു. ചുരുക്കത്തിൽ, ഇവിടെ ആധുനിക കർത്തൃത്വത്തെ ഉത്തരാധുനിക കർത്യത്വംകൊണ്ട് വിമർശിക്കുകയാണ്. മറ്റൊരർഥത്തിൽ, വ്യക്തികേന്ദ്രിത അസ്തിത്വവാദ കർത്തൃത്വങ്ങളെ സാമൂഹ്യകേന്ദ്രിത മാർക്സിയൻ കർത്തൃത്വങ്ങൾകൊണ്ട് വിമർശിക്കുന്ന പാഠ്യപദ്ധതിയാണ് ഈ പഠനത്തിൽ ഉൾക്കൊള്ളിച്ചിരിക്കുന്നത്.

ഇനി, അസ്തിത്വവാദത്തിന്റെ അഥവാ ആധുനികതാവാദത്തിന്റെ സാമൂഹിക പരിസരം അന്വേഷിക്കുകയയാണ് ചെയ്യുന്നത്. റെയ്മണ്ട് വില്യംസിന്റെ അഭിപ്രായത്തിൽ 1890 മുതൽ 1940 വരെയാണ് ആധുനി കതാവാദകാലഘട്ടം. അഥവാ വ്യാവസായിക വിപ്ലവം സംഭവിച്ചതിനു ശേഷം ഉണ്ടായ പ്രതിഭാസമാണ് ആധുനികതാവാദം. വ്യാവസായിക നഗരത്തിന്റെ പരിസരത്തിലാണ് ആധുനികതാവാദസാഹിത്യം വികസി

ക്കുന്നത്. ആധുനികതാവാദം കലകളിൽ സംജാതമായത് ആദ്യം സാഹി ത്യത്തിലല്ല. മറിച്ച്, ചിത്രകലയിലാണ്. ഇംപ്രഷണിസ്റ്റ് ചിത്രകലയാണ് ആധുനികതാവാദം ഉയിർക്കൊള്ളാൻ കാരണമായ ആദ്യ മാധ്യമം. പിന്നീ ട്, ഇമാജിനിസ്റ്റ്, സർറിയലിസം, ഫ്യൂച്ചറിസം, ഫോർമലിസം എന്നിവ ആയിരത്തിതൊള്ളായിരത്തി പത്തോടെ സാഹിത്യത്തിൽ കടന്നുവരി കയും ആധുനികതാവാദം അതിന്റെ സമൃദ്ധിയിൽ എത്തിച്ചേരുകയും ചെയ്തു. ഫ്രോയ്ഡിന്റെ *സ്വപ്നങ്ങളുടെ അപഗ്രഥനം* എന്ന പുസ്ത കവും അബോധമനസിന്റെ കണ്ടുപിടുത്തവും ആധുനികതാവാദികളെ സ്വാധീനിച്ചു. ഈ ഘട്ടത്തിൽ ലൈംഗിക അരാജകത്വം സാഹിത്യകൃ തികളിൽ കുമിഞ്ഞുകൂടി. 'ആത്മപ്രകാശനം' ആധുനികതാവാദം ഒരു മാനിഫെസ്റ്റോ ആയി അംഗീകരിച്ചു. ഈ ഘട്ടത്തിൽ അവർ "കല എനി ക്കുവേണ്ടി" എന്ന് അപഗ്രഥിച്ചു.

അസ്തിത്വവാദസാഹിത്യം അഥവാ ആധുനികതാവാദസാഹിത്യം പ്രധാനമായും കേന്ദ്രീകരിച്ചത് നഗരങ്ങളെയായിരുന്നു. പാരീസ്, വിയ ന്ന, ബെർലിൻ, ലണ്ടൻ, ന്യൂയോർക്ക് എന്നിവയായിരുന്നു ആധുനിക താവാദ സാഹിത്യങ്ങളുടെ പരിസരങ്ങൾ. ഇത് വ്യാവസായിക വിപ്ലവ ത്തിന്റെ പരിണതഫലമായിരുന്നുവെന്ന് റെയ്മണ്ട് വില്യംസ് അപഗ്രഥി ക്കുന്നു. ഓരോ വ്യക്തിയും മറ്റൊരു വ്യക്തിയിൽനിന്നും മാറിനിൽക്കുന്ന തായി ആധുനികതാവാദ സാഹിത്യത്തിൽ കാണാം. അവരെ സംബന്ധി ച്ചിടത്തോളം ഓരോ വ്യക്തിയും ഓരോ ഒറ്റപ്പെട്ട ദ്വീപുകൾ ആയിരുന്നു. വീട്ടിൽപ്പോലും അവൻ അന്യനായി. പക്ഷേ, ഗ്രാമത്തിൽ ജീവിച്ചിരുന്ന വരെ അന്യതാദുഃഖം അഥവാ അസ്തിത്വദുഃഖം അലട്ടിയിരുന്നതായി കാണുന്നില്ല. അതുകൊണ്ടുതന്നെ ഇത് ഒരു നഷ്ടപ്പെട്ട പ്രസ്ഥാനമായി രുന്നുവെന്ന് റെയ്മണ്ട് വില്യംസ് വിലയിരുത്തുന്നു.

സാഹിത്യം കമ്പോളമാകുന്നത് ആധുനികതാവാദ സാഹിത്യത്തി ലൂടെയാണ്. 'ദേശാന്തരമുതലാളിത്തം' അഥവാ 'സാമ്രാജ്യത്വ മുതലാ ളിത്തം' ആണ് സാഹിത്യത്തെ കമ്പോളവൽക്കരിക്കാൻ സാഹചര്യം ഒരുക്കിക്കൊടുത്തത്. മുതലാളിത്തത്തെ സ്വർഗമായി കരുതുന്ന ആധു നികതാവാദ സിദ്ധാന്തവും സാഹിത്യവും കലകളും മുതലാളിത്തത്തെ പരിപോഷിപ്പിക്കേണ്ടത് അവരുടെ സ്വന്തം കടമയായി കണ്ടു. ഇതൊരു കൊടുക്കൽ വാങ്ങൽ ആയിരുന്നുവെന്ന് റെയ്മണ്ട് വില്യംസ് വിലയിരു ത്തുന്നു.

റിയലിസം കഴിഞ്ഞിട്ടാണല്ലോ ആധുനികതാവാദം സാഹിത്യ ത്തിലും മറ്റു കലകളിലും വരുന്നത്. അതുകൊണ്ടുതന്നെ റിയലിസത്തെ നിശിതമായി വിമർശിച്ചുകൊണ്ടാണ് ആധുനികതാവാദം കടന്നുവന്നത്. റെയ്മണ്ട് വില്യംസിനെ സംബന്ധിച്ച്, റിയലിസവും ആധുനികതാവാ ദവും രണ്ട് സാമൂഹ്യ-രാഷ്ട്രീയ അവസ്ഥയെയാണ് സൂചിപ്പിക്കുന്നത്. ആദ്യത്തേത് തൊഴിലാളിവർഗ സാഹിത്യത്തെയും. രണ്ടാമത്തേത്, മുത ലാളിവർഗ സാഹിത്യത്തെയും. അതുകൊണ്ടുതന്നെ അവ വ്യത്യസ്ത

സാഹചര്യങ്ങളെയാണ് സംബോധന ചെയ്യുന്നത്. ആദ്യത്തേത് വിശ പ്പിന്റെ സാഹിത്യവും. രണ്ടാമത്തേത്, സമ്പന്നതയുടെ ആലസ്യ സാഹി ത്യവും. ഇവിടെ ആദ്യത്തെ സാഹിത്യം സാമാന്യജനങ്ങൾക്കു വേണ്ടി യും. രണ്ടാമത്തേത്, മുതലാളിത്തത്തിനുവേണ്ടിയുമായിരുന്നു.

ഇതുവരെ, പാശ്ചാത്യ ആധുനികതാവാദത്തെയും അവയുടെ കർത്തൃത്വത്തെയും കുറിച്ച് പഠിക്കുകയായിരുന്നു. ഇനി, മലയാളത്തിലെ ആധുനികതാവാദ പരിസരത്തെ സാമൂഹ്യമായി വിലയിരുത്തേണ്ടതുണ്ട്.

1950-കൾ കേരളീയ സാമൂഹ്യ-വൈയക്തിക ജീവിതത്തിൽ സംഭ വിച്ച വ്യതിയാനങ്ങൾക്കും മൂല്യസംഘർഷത്തിനും സാക്ഷ്യം വഹിച്ചു (20-ാം നൂറ്റാണ്ടിന്റെ ഉത്തരാർഥത്തിലാണ് മലയാളത്തിൽ ആധുനിക താവാദം കടന്നുവന്നത് എന്ന് ചിന്തിക്കുന്നത് ആലോചനാമൃതമായിരി ക്കും). ഘടനാപരമായ പരിവർത്തനങ്ങളെ ചെറുത്തുനിന്നിരുന്ന ജാതി സമ്പ്രദായം ചോദ്യം ചെയ്യപ്പെട്ടു. കാർഷികവൃത്തി മാത്രമറിഞ്ഞ കേര ളീയാന്തരീക്ഷത്തിൽ ഉയർന്ന പുകക്കുഴലുകളും ചിഹ്നം വിളികളുമായി വ്യാവസായികവൽക്കരണം പതുക്കെ പതുക്കെ കടന്നുവരാൻ തുടങ്ങി. വലിയ തറവാടുകളും കൂട്ടുകുടുംബങ്ങളും തകർന്നു. നഗരവൽക്കരണം ഇതിന് ആക്കം കൂട്ടി. ജന്മിസമ്പ്രദായം പടിപടിയായി തകർച്ചയിലേക്കു നീങ്ങി. ജനസംഖ്യയും അങ്ങനെ തൊഴിലില്ലായ്മയും വർധിച്ചു. ദാരിദ്ര്യം ഒഴിയാബാധ്യതപോലെ കേരളത്തെ ഗ്രസിച്ചു.

സാമ്പത്തിക തകർച്ചയോടെ തൊഴിൽ തേടി നാടുവിടുന്നവരുടെ സംഖ്യ വർധിച്ചു. ബർമയിലേക്കും ശ്രീലങ്കയിലേക്കും കേരളം വളർ ന്നു. അനേകംപേർ സൈന്യത്തിൽ ചേർന്നു. ദേശസ്നേഹമായിരുന്നില്ല, സ്വന്തം വയറിനോടും കുടുംബത്തോടും ഒക്കെയുള്ള സ്നേഹവും അതി ലുപരി കടപ്പാടുകളുമായിരുന്നു മലയാളി സൈനികസേവനം നടത്താൻ സന്നദ്ധമായി തീർന്നതിന്റെ പിന്നിലുണ്ടായിരുന്ന ചേതോവികാരം. വലിയ കുടുംബങ്ങൾ ശിഥിലമാകുകയും ചെറിയ കുടുംബങ്ങൾ രൂപപ്പെടുകയും ചെയ്തു.

ഈ ഘട്ടത്തിന്റെ മറ്റൊരു പ്രത്യേകത, മലയാളത്തിന് പാശ്ചാത്യ സാഹിത്യവുമായി ഉണ്ടായ പരിചയമായിരുന്നു. ഇംഗ്ലീഷിലൂടെ മഹത്താ യൊരു സാഹിത്യപാരമ്പര്യവുമായി നാം പരിചയപ്പെട്ടു. വ്യത്യസ്തങ്ങ ളായ അനേകം ജീവിതദർശനങ്ങളെ മലയാളി പഠനവിധേയമാക്കി. ഇതാ യിരുന്നു മലയാളത്തിലെ ആധുനികതാവാദ പ്രസ്ഥാനത്തിന്റെ സാമൂഹ്യ പരിസരം.

ഡൽഹി

ആധുനികതാവാദ കർത്തൃത്വവീക്ഷണത്തിൽ മുകുന്ദന്റെ ഏറ്റവും ശക്തമായ നോവലാണ് *ഡൽഹി.*

അതിലേക്ക് കടക്കുന്നതിനുമുമ്പ് ഈ നോവലിന്റെ ഇതിവൃത്തം ചുരുക്കി പരാമർശിക്കേണ്ടിയിരിക്കുന്നു. ഇതിലെ നായകൻ അരവിന്ദൻ

ഒരു ചിത്രകാരനാണ്. അയാൾ 1965 ൽ പള്ളൂർ എന്ന ചെറുപട്ടണം വിട്ട് ഡൽഹിയിലേക്ക് പോയി. ബ്രണ്ണൻ കോളേജിൽ ബി എ യ്ക്ക് (രാഷ്ട്ര മീമാംസ) പഠിച്ചുവെങ്കിലും വിദ്യാർഥി ഫെഡറേഷനിൽ പങ്കെടുക്കുകയും ലൈബ്രറിക്ക് തീവയ്ക്കാൻ ശ്രമിച്ചതിന്റെ പേരിൽ കോളേജിൽനിന്ന് പുറ ത്താക്കുകയും ചെയ്തു. എറണാകുളത്തുനടന്ന ചിത്രപ്രദർശനത്തിൽ 'മൃഗം' എന്ന എണ്ണഛരായ ചിത്രത്തിന് സമ്മാനം ലഭിച്ചതിനു ശേഷ മാണ് ജോലിക്കുവേണ്ടി അരവിന്ദൻ ഡൽഹിക്ക് വണ്ടികയറിയത്.

ഡൽഹിയിൽ അരവിന്ദന്റെ അച്ഛന്റെ സുഹൃത്തായ കുഞ്ഞിരാമൻ നായരുടെ ലോഡ്ജിലാണ് അരവിന്ദൻ താമസിച്ചത്. കുഞ്ഞിരാമൻ നായർക്ക് പണത്തോട് വലിയ ആർത്തിയാണ് ഉണ്ടായിരുന്നത്. അയാൾ അരവിന്ദന് പെണ്ണ് കൂട്ടികൊടുക്കുകയും ശമ്പളത്തിന്റെ പകുതി കൈക്ക ലാക്കുകയും ചെയ്തു. കരുണനാണ് അരവിന്ദന് ജോലി വാങ്ങിക്കൊടു ത്ത്. ഗ്രിമിസായ്വിന്റെ ഓഫീസിലാണ് ജോലി. പ്രത്യേകിച്ച് പറയാ നായി ഒരു സ്ഥാനവുമില്ല. എന്തു ജോലിയും ചെയ്യണം. കരുണൻ അര വിന്ദന്റെ ചേട്ടന്റെ സുഹൃത്താണ്. അരവിന്ദന്റെ ചേട്ടൻ (ദാസൻ) നേരത്തേ മരിച്ചുപോയിരുന്നു.

ഗ്രിമിസായ്വ് മദ്യത്തിനും മദിരാഷിക്കും അടിമയായിരുന്നു. അയാൾ റസിയാ സലാമുദ്ദീനോടും കിറ്റി ദിംഗ്രേയോടും ഓഫീസ്മുറിയിൽ ബന്ധ പ്പെട്ടിട്ടുണ്ട്. കിറ്റി ദിംഗ്രേ വലിയ കോടീശ്വരിയാണെങ്കിലും പെയിന്റിങ്ങിൽ താൽപ്പര്യം ഉദിച്ചതിനുശേഷം സായ്വിന്റെ സഹായം തേടി. ചിത്രപ്ര ദർശനം നടത്താൻവേണ്ടി അവൾ അയാളോട് ശയിക്കുകയും ചെയ്തു.

ഏറെത്താമസിയാതെ അരവിന്ദന് തന്റെ ജോലി മടുത്തു. ചിത്ര കാരനാകാൻ തന്റെ ജോലിയും ലോഡ്ജിലെ താമസവും തടസമാണെ ന്നുവന്നപ്പോൾ അവൻ രണ്ടും ഉപേക്ഷിച്ചു. ഇപ്പോൾ കാശ്മീരിലാലിന്റെ രണ്ട് മുറിയുള്ള വീട്ടിലെ ഒരു മുറിയിൽ താമസമാക്കി. ആ മുറിയിൽ വന്ന് തന്റെ ചിത്രങ്ങളെ പ്രശംസിച്ചത് ശാലിനി എന്ന സുഹൃത്താണ്. പിന്നീട് ഭാവാനന്ദ് എന്ന ചരിത്ര ഗവേഷകൻ അവളെ വിവാഹം കഴിച്ചു.

ജോലി പോയതോടെ ദാരിദ്ര്യമായിരുന്നു അരവിന്ദന്. ശാലിനി പോയതോടെ അവൻ ഏകനായി. തന്റെ ലക്ഷ്യമായ ചിത്രപ്രദർശനം എങ്ങനെയോ തട്ടിക്കൂട്ടി. പക്ഷേ ആരും അത് തിരിഞ്ഞുനോക്കിയില്ല. അവസാനം മുണ്ഠനം ചെയ്യപ്പെട്ട ശിരസുമായി അവൻ കട്ടിലിൽ വീണു. ഇതാണ് നോവലിന്റെ ഇതിവൃത്തം.

ഈ നോവലിന്റെ രാഷ്ട്രീയമണ്ഡലം നായകനായ അരവിന്ദൻ തന്നെ അനാവരണം ചെയ്യുന്നുണ്ട്. അത് ഇങ്ങനെയാണ്.

അമേരിക്കയിലെയും യൂറോപ്പിലെയും ചെറുപ്പക്കാർ സമൃദ്ധമായ നഗരങ്ങൾ തുടങ്ങി അണുബോംബുകൾ വരെ നേടിക്കഴിഞ്ഞതി നുശേഷമേ ഹിപ്പികളായും ചരസു വലിയും മോക്ഷവുമന്വേഷി ച്ചുള്ളൂ. ഈവ്ലിൻ കസാബാക്കി നഗരം പണിതില്ല. ബോംബു

കൾ ഉണ്ടാക്കിയില്ല. നിരത്തിൽ പാലും തേനും ഒഴുക്കിയില്ല. അവൾ നേരത്തേ മോക്ഷമന്വേഷിച്ചിറങ്ങി.

ഈവ്‌ലിൻ കസാബാക്കി ആഫ്രിക്കൻ എംബസിയിലെ ഒരു ഉദ്യോഗസ്ഥയാണ്. ആഫ്രിക്കയും ഇന്ത്യയും രാഷ്ട്രീയപരമായും സാമ്പത്തികപരമായും സമാനതകൾ അവകാശപ്പെടുന്ന മൂന്നാം ലോകരാഷ്ട്രങ്ങൾ ആണ്. അതുകൊണ്ട്, മുകുന്ദന്റെ ആധുനികതാവാദവും ഹിപ്പി പ്രസ്ഥാനവും ഏതാണ്ട് ഇറക്കുമതിചരക്കാണെന്ന് പറയേണ്ടിയിരിക്കുന്നു. അല്ലെങ്കിൽ, നോവലിലെ നായകൻതന്നെ ഇത് വിളിച്ചുപറയുന്നുണ്ട്. അമേരിക്കയിലും യൂറോപ്പിലും വ്യാവസായിക വിപ്ലവം നടന്നതിനുശേഷമാണ് ആധുനികതാവാദം കടന്നുവന്നത്. എന്നാൽ ഇന്ത്യയിൽ ആകട്ടെ വ്യാവസായിക വിപ്ലവം അതിന്റെ ആരംഭദിശയിലായിരുന്നു. മറ്റൊരർഥത്തിൽ വ്യാവസായികവിപ്ലവം പൂർത്തീകരിച്ചില്ല. ബീഹാറിനെപ്പോലെയുള്ള പല സംസ്ഥാനങ്ങളും ഇന്ന് ഫ്യൂഡലിസത്തിന്റെ പിടിയിലാണ്. അങ്ങനെയിരിക്കെ ഇന്ത്യയിൽ ആധുനികതാവാദം ഉയർന്നു വരണമെങ്കിൽ അത് പുസ്തകങ്ങളിലൂടെയും ആശയങ്ങളിലൂടെയും ആയിരിക്കണം.

അതുകൊണ്ടുതന്നെ ചിലപ്പോൾ ഈ ആശയങ്ങൾ നമ്മുടെ പരിസരത്തിൽ നടുമ്പോൾ കേവലം ഉപരിപ്ലവമാകുന്നത് നമുക്ക് കാണാൻ സാധിക്കും. ഇവിടെ ഭാവാനന്ദും അരവിന്ദനും നടത്തുന്ന സംഭാഷണം ഇതിന് ഉദാഹരണമാണ്.

"വലിയ ചിത്രകാരന്മാർ ചിത്രകാരന്മാരായാണ് ജനിക്കുന്നത്.
ചിത്രകാരൻ മാത്രമല്ല, എഴുത്തുകാരന്മാരും ചിന്തകരും

– ഭാവാനന്ദ്

ഡോസ് പാസോസ് അമ്മയുടെ വയറ്റിലിരുന്നാണ് യു എസ് എ
1919 എഴുതാൻ തുടങ്ങിയത്

– അരവിന്ദൻ

ഗിയാ കോമറ്റി അമ്മയുടെ ഗർഭപാത്രത്തിന്റെ ചുമരിലാണ് ആദ്യത്തെ ശില്പങ്ങൾ കൊത്തിയത്."

കേവലം ഉപരിപ്ലവങ്ങളായ ചിന്താഗതികൾ ആണ് ഹിസ്റ്ററിയിൽ ഗവേഷണം നടത്തുന്ന ഭാവാനന്ദും ചിത്രകാരനായ അരവിന്ദനും നടത്തുന്നത്. പാശ്ചാത്യർ അതിശയോക്തിയായി ഉപമിച്ചവയെ യാഥാർഥ്യമായി വിഴുങ്ങുന്ന മൂന്നാംകിട അജ്ഞതയാണ് ഇതിലൂടെ വെളിവാകുന്നത്.

ഇനി, അരവിന്ദൻ എന്തിന് ഡൽഹിയിൽ എത്തിയെന്ന ചോദ്യം ഉയരുന്നു.

നാട്ടിൽ തനിക്ക് രക്ഷയില്ലായിരുന്നു. ഒരു ജോലി കിട്ടാൻ നിവൃത്തിയില്ലായിരുന്നു. നാട്ടിൽ ഒരു ചിത്രകാരന് രക്ഷയില്ല. ഒരു ചിത്ര

കാരൻ ജനിച്ചേക്കാം അവിടെ. ഒരു ചിത്രകാരന് വളരാൻ കഴി
യില്ല അവിടെ. ഡൽഹിയിൽ വളരാൻ കഴിയുമോ? കഴിയണം.
എം എഫ് ഹുസൈനും എൻ എച്ച് കുൽക്കർണിയും ബിരൺ
ദേയും സ്വാമിനാഥും ജീവിക്കുന്ന ഡൽഹിയിൽ തനിക്ക് ജീവി
ക്കാൻ കഴിയും.

പക്ഷേ, ഡൽഹി അവനെ ചിത്രകാരനായി അംഗീകരിച്ചില്ല.
ഡൽഹിയിൽ അരവിന്ദൻ ആദ്യം ജോലിക്കായിട്ടാണ് എത്തിയത്. പക്ഷേ,
ചിത്രരചനയ്ക്ക് ജോലി തടസമായി വന്നപ്പോൾ ഉപേക്ഷിച്ചു. താമസ
സ്ഥലം ഉപേക്ഷിച്ചു. പല സൃഷ്ടികളും നടത്തി. പക്ഷേ, ചിത്രരചന
പണക്കാരന്റെ കലയാണെന്ന് അവൻ ഡൽഹിയിൽ വച്ച് തിരിച്ചറിഞ്ഞു.
തന്റെ സർറിയലിസ്റ്റിക്ചിത്രം ആർക്കും മനസിലായില്ല. കറുത്തപുഷ്പം
വരച്ച അരവിന്ദന്റെ സൃഷ്ടികൾ നല്ലതാണെന്നുപറഞ്ഞത് ശാലിനി മാത്ര
മായിരുന്നു. ശാലിനിക്കാകട്ടെ ചിത്രരചനയെക്കുറിച്ച് ഒന്നും അറിയില്ല
താനും. ബാക്കിയുള്ള സൃഷ്ടികൾ സ്വയം ശ്രേഷ്ഠമാണെന്നുള്ള സങ്കൽ
പ്പനമാണ് അരവിന്ദനുള്ളത്. ആധുനികതാവാദികൾ തങ്ങളുടെ സൃഷ്ടി
കൾ സ്വയം ശ്രേഷ്ഠമാണെന്ന് പറയുന്നതിന് ഉദാഹരണമാണിത്. ആധു
നികതാവാദം ഒരുതരത്തിൽ നാർസിസിസം ആയിരുന്നുവെന്ന് റോളാങ്
ബാർത്ത് പറഞ്ഞിട്ടുണ്ട്. വ്യക്തിക്ക് അവനോടുള്ള അതിരുകവിഞ്ഞ അനു
രാഗം ഈ പ്രസ്ഥാനത്തിന്റെ സ്വഭാവമാണ്. ഗ്രീക്പുരാണത്തിലെ
നാർസിസസിനെപ്പോലെ തന്റെ പ്രതിബിംബം കുളത്തിലെ വെള്ളത്തിൽ
കണ്ട് അതിനെ പുണരാൻ മുതിർന്നപ്പോൾ സംഭവിച്ച മരണം ആധു
നിക കർത്യത്വങ്ങളും ഏറ്റുവാങ്ങുന്നു. ആധുനികതാവാദികൾ സൃഷ്ടി
ച്ചത് ഒരുകൂട്ടം നാർസിസസുകളെയാണ്. അതുകൊണ്ട്, അവർ ഇതി
വൃത്തത്തിൽ ദുരന്തങ്ങൾ ഏറ്റുവാങ്ങുന്നു. ആധുനികതാവാദത്തിലെ
മിക്ക നോവലുകളും ദുരന്തപര്യവസായികൾ ആകുന്നതിനുകാരണവും
ഇതു തന്നെയാണ്.

അരവിന്ദൻ നോവലിൽ താനൊരു അസ്തിത്വവാദിയാണെന്ന് പരാ
മർശിക്കുന്നുണ്ട്. അത് ഇങ്ങനെയാണ്:

"എഴുത്തുകാരൻ കമ്മിറ്റഡ് ആയിരിക്കണം.
എന്തിന്?
അല്ലെങ്കിൽ, വാക്കുകൾ ജീവനില്ലാത്ത
ലിപികൾ മാത്രമായിരിക്കുമെന്ന്
ഒരു മാർക്സിയൻ സജഷൻ അല്ലേ?
അല്ല. സാർത്രിയൻ, റാദർ ദാൻ
മാർക്സിസ്റ്റ്"

പ്രതിബദ്ധതയാണ് ഇവിടെ വിഷയം. ഇത് യഥാർഥ സാർത്രിയൻ
അസ്തിത്വവാദമാണ്. ഈ രീതിയിൽ നോവൽ പുരോഗമിച്ചിരുന്നുവെ
ങ്കിൽ ഈ നോവൽ മറ്റൊരു വിധമായി കലാശിച്ചേനേ. എന്നാൽ, അര

വിന്ദന്റെ നാസ്തിക അസ്തിത്വവാദം മറ്റൊരു രീതിയിലാണ് പുരോഗമി
ക്കുന്നത്. അത് ഇങ്ങനെയാണ്:

ഒരു പെൺകുട്ടിയുടെ തലമുടിയിലൂടെ സുഗന്ധത്തിലൂടെ, സ്പർശ
ത്തിലൂടെ താൻ മാർക്സിസവും അസ്തിത്വവാദവും മനസിലാ
ക്കുന്നു. താൻ സാർത്രും മാർക്സുമാകുന്നു.

പെണ്ണാണ് മാർക്സിസവും അസ്തിത്വവാദവും എന്നു പറയുന്ന
അരവിന്ദന് രണ്ട് പ്രസ്ഥാനത്തിന്റെയും ഉൾക്കാമ്പ് അറിയില്ലെന്ന്
ചുരുക്കം. ഈ മാർഗത്തിലൂടെ സഞ്ചരിക്കുന്ന അരവിന്ദൻ എം മുകു
ന്ദന്റെ കർത്തൃത്വശീലങ്ങളെ അളക്കുന്ന അളവുകോലായി മാറുന്നു.
സർറിയലിസ്റ്റിക് ചിത്രങ്ങൾ വരയ്ക്കുന്ന അരവിന്ദൻ പറയുന്ന
വാക്കുകൾ ശ്രദ്ധിക്കുക:

ക്യാപ്ഷൻ ഇല്ലെങ്കിൽ മോഡേൺ പെയ്ന്റിങ് മനസിലാക്കാൻ
പ്രയാസമാണ്.

ഇത് ആധുനികതാവാദത്തിന്റെ ഏറ്റവും അപചയകരമായ അവ
സ്ഥയിലേക്കാണ് വിരൽചൂണ്ടുന്നത്. ഇങ്ങനെ വരുമ്പോൾ, ആധുനിക
താവാദചിത്രങ്ങളും സാഹിത്യങ്ങളും സാധാരണക്കാരന് പ്രാപ്യമാവാതെ
വരും. അങ്ങനെ കൃതികൾക്ക് ക്യാപ്ഷനും സാഹിത്യകൃതികൾക്ക്
മുന്നിലും പിന്നിലും പഠനങ്ങളും നിരത്തേണ്ടിവരും. പിന്നീട് ഇവ ഉപരി
വർഗത്തിന്റേത് മാത്രമാവുകയും ഷെൽഫിൽ ആർക്കും വേണ്ടാതെ ഉറ
ക്കംതൂങ്ങുകയും ചെയ്യും. ഒരു ഗവേഷകനോ മറ്റോ അവയിലൊന്ന്
തൊട്ടാലായെന്നു മാത്രം.
കുലീനർ സാഹിത്യത്തിലും കലകളിലും ജീവിതത്തിലും എല്ലാവ
രിൽനിന്നും ഒഴിഞ്ഞ് നിൽക്കും. അവർ ഒഴിഞ്ഞ താവളം കണ്ടെത്തും.
അതിൽ വൻവേലികൾ കെട്ടും. വലിയ താഴുകൾകൊണ്ട് അവ പൂട്ടി
അന്യരിൽനിന്ന് ഒറ്റപ്പെട്ട് നിൽക്കും. ഇതുപോലൊരു സന്ദർഭം ഈ നോവ
ലിലും കണ്ടെത്താൻ സാധിക്കും.

എവിടെയെങ്കിലും ഏകാന്തമായ ഒരു മുറി വാടകയ്ക്ക് എടുക്കും.
അവിടെ രാമുണ്ണിയോ കുഞ്ഞിരാമൻ നായരോ വേണുവോ ആരും
ഉണ്ടാവാൻ പാടില്ല. അവിടെ പരുന്തുകൾ വരരുത്. അവിടെ താൻ
ഏകനായിരിക്കണം. നിശ്ശബ്ദതയുടെ കോട്ട തനിക്കുചുറ്റും
പടുത്ത് അതിന് നടുവിലിരുന്ന് ധ്യാനിക്കും.

കുലീന കർത്തൃത്വം നോവലുകളിൽ ഒറ്റയാനായിരിക്കും. അവൻ
മറ്റുള്ളവരെക്കാൾ ശ്രേഷ്ഠനാണെന്ന് ചിന്തിക്കും. തനിക്ക് താഴെയുള്ള
വരെ പുച്ഛിക്കും. തന്റെ ചിന്തകൾ മഹത്തരം എന്നു കരുതും. അത് മന
സിലാകാത്തവരെ വിഡ്ഢികൾ എന്നു വിളിക്കും. ഒരു മുറിയിൽ ഏകാ

ന്തനായി എല്ലാം കൈക്കലാക്കി എന്ന് ആഹ്ലാദിക്കും. പക്ഷേ, വിഷാദം ആയിരിക്കും അവരുടെ പരിണതഫലം. സമൂഹവുമായിബന്ധമില്ലാതെ അവർ വിഷാദരോഗികൾ ആയിത്തീരുന്നു. *ഡൽഹി* എന്ന ഈ നോവലിലും തന്റെ കൃതികൾ മഹത്തരമാണെന്ന് വിശ്വസിക്കുന്ന നായകനെ യാണ് കാണാൻ സാധിക്കുന്നത്. ക്യാപ്ഷൻ ഇല്ലാതെ തന്റെ കൃതി മന സിലാവില്ല എന്ന് അവൻ കരുതുന്നു. ഫലമോ, ശൂന്യതയും വിഷാദ വും. ഇതു തന്നെയാണ് അരവിന്ദൻ എന്ന കർത്തൃത്വം നേരിട്ട പരാജ യവും.

ഈ ലോകം അതിലൊരു മനുഷ്യൻ:

ആദ്യമായി, ഇതിവൃത്തം എന്താണെന്നു പരിശോധിക്കാം. അപ്പു വാണ് ഈ നോവലിലെ നായകൻ. സദാശിവൻ എന്ന കേന്ദ്രസർവീ സിലെ ഡെപ്യൂട്ടി സെക്രട്ടറിയുടെയും മീനാക്ഷിയുടെയും ഏകസന്തതി യായി അപ്പു ജനിച്ചു. സദാശിവന് മംസ്രോഗം പിടിപ്പെട്ട് പ്രത്യുൽപ്പാദ നശേഷി നഷ്ടമായതിനാൽ അപ്പു ഏക സന്തതിയായി. അപ്പുവിന് ഇരു പത്തിനാല് വയസ്സ് ആകുന്നതുവരെയുള്ള സംഭവങ്ങളാണ് നോവലിന് ആധാരം.

റോസ്മേരി എന്ന ഫിജിക്കാരിയോട് അപ്പു തന്റെ കഥ പറഞ്ഞു കൊടുക്കുന്ന രീതിയിലാണ് നോവൽ വികസിക്കുന്നത്. സമ്പന്നതയു ടെയും പരിഷ്ക്കാരത്തിന്റെയും നടുവിൽ വളർന്ന അപ്പു റിബലായി ജീവി തത്തെ മാറ്റിമറിക്കുന്നതാണ് നോവലിന്റെ ഇതിവൃത്തം.

ഒമ്പതാം ക്ലാസുവരെ അപ്പു സ്കൂളിൽ ഒന്നാമനായി വിജയിച്ചു. പത്താംതരം ആയപ്പോൾ പൂർണിമ ധവനുമായി അവൻ ബന്ധപ്പെട്ടു. അവളിൽ എല്ലാ സ്വപ്നവും അവൻ അർപ്പിച്ചു. അവൻ പരീക്ഷയ്ക്ക് തോറ്റു. പിന്നീട് കാണുന്നത് ഒരു റിബൽ ജീവിതമാണ്. പല സ്ത്രീകളു മായി അപ്പു ബന്ധപ്പെട്ടു. ഭാംഗ് കഴിച്ചു. അവസാനം ആർക്കും വേണ്ടാതെ ജീവിതം നശിപ്പിച്ചു. അവസാനം ഡൽഹിയിലെ നഗരവീഥികളിൽ അവൻ അപ്രത്യക്ഷനായി.

ഈ നോവലിന്റെയും പശ്ചാത്തലം ഡൽഹി എന്ന നഗരമാണ്. ആധുനികതാവാദം നഗരങ്ങളിലാണ് ആവിഷ്കൃതമാകുന്നത് എന്ന റെയ്മണ്ട് വില്യംസിന്റെ വിലയിരുത്തൽ ഇവിടെ പ്രസക്തമാവുന്നു. മല യാളത്തിലെ ആധുനികതാവാദികൾ ആനന്ദ്, ഒ വി വിജയൻ, എം മുകു ന്ദൻ, കാക്കനാടൻ എന്നിവർ ഡൽഹിയിലാണ് തങ്ങളുടെ ജീവിതം നയി ച്ചതെന്നത് ഇവിടെ പ്രസക്തമാണ്. ഇവർ നഗരത്തിൽ ഇരുന്നുകൊണ്ട് ഗ്രാമത്തിലേക്ക് സ്വപ്നപലായനം നടത്താറുണ്ട്. ഈ നോവലിൽ അതിന് ഉദാഹരണം ഉണ്ട്.

ജോലി രാജിവെച്ച് നാട്ടിൽ ചെന്നാലോ? കൃഷിയും മറ്റുമായി ഇനി യുള്ള കാലം നാട്ടിൽ കഴിഞ്ഞാലോ? ചിലപ്പോൾ സദാശിവൻ ഓർത്തുപോകാറുണ്ട്.

നഗര/ഗ്രാമ ബന്ധത്തെ സാംസ്കാരികമായി വിലയിരുത്താതെ ആധുനികതാവാദികൾ ഇതുപോലെ തങ്ങളുടെ നോവലുകളിൽ പല പ്പോഴും ഗ്രാമങ്ങളിലേക്ക് സ്വപ്നപലായനം നടത്താറുണ്ട്. പക്ഷേ, സ്വ പ്നപലായനത്തിനു മാത്രമായി ഗ്രാമത്തെ കണക്കാക്കുന്നത് വലിയൊരു അപരാധമാണെന്ന് അഡോർണോ വിശദീകരിച്ചത് ഇവിടെ പ്രസക്ത മാണ്.

അപ്പു സ്കൂൾ കുട്ടിയായിരുന്നപ്പോൾ മുതൽ ഏകനായിരുന്നു. അവൻ മറ്റുള്ള കുട്ടികളിൽനിന്ന് ഒഴിഞ്ഞുനിന്നു. ചിത്രം വരയ്ക്കുക, ലൈബ്രറിയിൽ പുസ്തകം വായിക്കുക, നീന്താൻ പോവുക തുടങ്ങി യവയായിരുന്നു അവന്റെ വിനോദം. അവന്റെ ഏകാന്തതയിൽ ഏറ്റവും കൂടുതൽ വേദനിച്ചത് അവന്റെ അച്ഛനായിരുന്നു.

യൂ ഷുഡ് ഗോ ഔട്ട് ആന്റ് മീറ്റ് പീപ്പിൾ – സദാശിവൻ അവനെ ഉപദേശിച്ചു..... അപ്പുവിന്റെ ഏകാന്തത അത്രമാത്രം അയാളെ അല ട്ടിക്കൊണ്ടിരുന്നു.

തന്റെ മകൻ ക്ലാസിൽ ഒന്നാമനായി പാസാകുന്നതും വാക്കുകൾക്ക് അർഥംതേടി റഫറൻസ് ഗ്രന്ഥം നോക്കുന്നതും സദാശിവന് സംതൃപ്തി നൽകി. എന്നാൽ, അവന്റെ ഏകാന്തത അയാളെ അലട്ടിക്കൊണ്ടിരുന്നു. സമൂഹവും വ്യക്തിയും പരസ്പരം ബന്ധപ്പെടേണ്ട ആവശ്യം സദാശി വന് അറിയാവുന്നതുകൊണ്ടാണ് അദ്ദേഹത്തിൽ ആശങ്ക ഉടലെടുത്ത്. സമൂഹത്തിൽനിന്ന് വ്യക്തി അകന്നുനിന്നാൽ വ്യക്തി സമൂഹത്തിനുവേ ണ്ടിയോ, സമൂഹം വ്യക്തിക്കുവേണ്ടിയോ കാത്തുനിൽക്കുകയില്ലായെന്ന് അദ്ദേഹം മനസിലാക്കി. വ്യക്തി സമൂഹവുമായി ഇഴുകിച്ചേരേണ്ടതിന്റെ ആവശ്യകതയാണ് ഇതിലൂടെ സദാശിവൻ അപ്പുവിന് നൽകുന്നത്.

ആധുനികതാവാദ നോവൽ ഭാഷയെ ശൈലീവൽക്കരിക്കുന്നു. ലൈംഗികതയെ അത് ശൈലീവൽക്കരിക്കുന്നു. ഇതിന് ഈ നോവലിൽ മതിയായ ഉദാഹരണങ്ങൾ ഉണ്ട്.

അവൾക്ക് പെട്ടെന്ന് പ്രായം കൂടിയതായി അപ്പുവിന് തോന്നി. മുതിർന്ന ഒരു പെൺകുട്ടി. അവളുടെ തലമുടിയിൽ സെക്സ്, അവ ളുടെ കണ്ണിൽ സെക്സ്, അവളുടെ നോട്ടത്തിലും ചിരിയിലും സെക്സ്.

മറ്റൊന്ന് നോക്കാം:

പ്രജ്ഞ നശിച്ചുപോയ നിമിഷങ്ങൾ മണിക്കൂറുകൾ...... വിയർപ്പായി മാറിയ പൂർണിമ അപ്പുവിന്റെ ഉള്ളംകൈകളിൽ. അപ്പു വിന്റെ നെഞ്ചിൽ, അവന്റെ നാഭിയിൽ തളംകെട്ടി നിന്നു. അകലെ ആകാശം വിളറുകയായിരുന്നു. നേരം പോയത് അവരറിഞ്ഞില്ല. അവർ അബോധാവസ്ഥയിലായിരുന്നു. നിശ്ശബ്ദമായ ക്ലബ്റോഡി ലൂടെ അവർ നടന്നു. അടച്ചിട്ട തന്റെ മുറിയിൽ ശരീരത്തിലും

ആത്മാവിലും പൂർണിമയുമായി, ചുണ്ടിൽ എരിയുന്ന സിഗരറ്റു
മായി അപ്പു കിടന്നു. ഒരായിരംതവണ അവൻ ചോദിച്ചു. ഞാൻ
ചെയ്തത് തെറ്റല്ലേ? തെറ്റല്ലേ?

ഇവിടെ ഈ ഭാഷയ്ക്ക് ഒരു സദാചാര ധർമമുണ്ട്. ആധുനികതാ
വാദത്തെ സംബന്ധിച്ച് ഭാഷയുടെ ധർമം മുതലാളിത്ത വ്യക്തി സ്വാത
ന്ത്ര്യവും സംസ്കാരവും ആയിരുന്നു. ഈ സദാചാരം സാധാരണക്കാ
രന് അന്യമായിരുന്നു. ഇത് സമൂഹം അതുവരെ അംഗീകരിക്കാത്ത ഒരു
സ്വാതന്ത്ര്യമായിരുന്നു. ഉപരിവർഗമായിരുന്നു അതിന്റെ സ്വാദ് നുണഞ്ഞ
ത്. ഭാഷയുടെ ശൈലീവൽക്കരണം ഈ സദാചാരവുമായി ബന്ധപ്പെട്ടി
രിക്കുന്നു. ഇവിടെ ലൈംഗികവേഴ്ചയുടെ അരാജകത്വവും ഉദാരലൈംഗി
കവാദവും മുതലാളിത്തത്തിനുവേണ്ടിയാണ് നിർമിക്കപ്പെട്ടത്. എന്നാൽ
പുതിയ സദാചാരത്തിന് പഴയഭാഷ മതിയാകാതെ വന്നു. അങ്ങനെ
ആധുനികതാവാദികൾ ഭാഷയെ ശൈലീവൽക്കരിച്ചു. ശൈലീവൽക്ക
രിച്ച ഭാഷയെ ദാർശനികമായി അടയാളപ്പെടുത്തുകയും ശ്രേഷ്ഠവൽക്ക
രിക്കുകയും ചെയ്തു. ഉദാരസദാചാരം അങ്ങനെ ശ്രേഷ്ഠതാവൽക്കരി
ക്കപ്പെട്ടു. പിന്നീട് അവ ദാർശനികവൽക്കരിക്കപ്പെട്ടു. ലൈംഗിക അരാ
ജകത്വം ബൂർഷ്വാസികളുടെ ഒരു ആവശ്യകതയായിരുന്നു. കേരളത്തിൽ
ഫ്യൂഡൽ കാലഘട്ടത്തിൽ ബ്രാഹ്മണവർഗം ലൈംഗികതയോട് സ്വീക
രിച്ച സമീപനവും മണിപ്രവാളസാഹിത്യവും ഇതിനോട് താരതമ്യം
ചെയ്തുനോക്കിയാൽ കാര്യങ്ങൾ കൂടുതൽ സുവ്യക്തമാകും.
മദ്യപാനം ഒരു ആദർശമായി ഉയർത്തിക്കാണിക്കുവാൻ ഈ
നോവൽ ശ്രമിക്കുന്നുണ്ട്. ഒരു ഉദാഹരണം നോക്കാം:

ആദ്യമായി മദ്യത്തിന്റെ രുചി അറിഞ്ഞത് എപ്പോഴാണ്? അപ്പുവിന്
ഓർമയുണ്ട്. എത്രയോ കൊല്ലങ്ങൾക്കുമുമ്പ് സദാശിവന്റെ
മിനിസ്ട്രി ഒരു അന്തർദേശീയ കോൺഫറൻസിലെ പ്രതിനിധി
കൾക്കു അശോകാഹോട്ടലിൽ വച്ചു നൽകിയ കോക്ക്–ടെയ്‌ലിന്.
അതിനുശേഷം രണ്ടുമൂന്ന് കൊല്ലം മുമ്പ് അമേരിക്കൻ സ്കൂളിലെ
നീന്തൽ കുളത്തിനരികിലിരുന്ന് ബേബിയോട് ഒരുമിച്ചിരുന്ന് ടിൻ
ബിയർ കുടിച്ചതും അവൻ ഓർത്തു. പിന്നീട് ഒന്നും ഓർക്കാൻ
കഴിയുന്നില്ല. എത്രയോ തവണ, എത്രയോ ഇടങ്ങളിൽ വച്ച് കുടി
ച്ചിരിക്കുന്നു.... മദ്യം എനിക്ക് വിശപ്പും കാമവികാരവും നൽകു
ന്നു.

മദ്യപാനം ഇന്നും ഇന്നലെയും തുടങ്ങിയകാര്യമല്ല. പക്ഷേ, മദ്യ
പാനത്തെ ശ്രേഷ്ഠവൽക്കരിച്ചത് അതിന് ആദർശപരിവേഷം നൽകിയത്
ആധുനികതാവാദികൾ ആണ്. മറ്റൊരർഥത്തിൽ, മദ്യപാനത്തെ ആദർശ
സമസ്യയായി കാണുന്നത് മലയാളത്തിലെ ആധുനികതാവാദികൾ
ആണ്. പ്രത്യേകിച്ചും എം മുകുന്ദൻ. അസ്തിത്വവാദത്തെ മലയാളപരി

സരത്തിൽ നട്ടപ്പോൾ, വ്യാവസായിക വിപ്ലവം പൂർത്തീകരിക്കാത്ത ഒരു സമൂഹത്തിന്റേതായ രീതിയിൽ വ്യാഖ്യാനിച്ചതിന്റെ ഫലമാണ് ഇത് എന്ന് കരുതേണ്ടിയിരിക്കുന്നു.

അൽബേര കമ്യൂവിന്റെ അസംബന്ധവാദം ഈ നോവലിൽ കടന്നു വരുന്നുണ്ട്. അത് ഇങ്ങനെയാണ്.

നിന്നെ ചൊല്ലി ഞാൻ സന്തോഷിക്കുന്നു. ഒന്നുകിൽ ജീവിതം നിഷേധിക്കുക. അല്ലെങ്കിൽ ജീവിതത്തിൽ ഇണങ്ങിച്ചേരുക. മധ്യ വർത്തികളെ ഞാൻ വെറുക്കുന്നു.

അപ്പുവിന്റെ ഗുരുവായ അക്തർ അലി അപ്പുവിനോട് പറഞ്ഞ വാക്കു കളാണിവ. ഇതിൽ അക്തർ അലി ആദ്യത്തെ ജീവിതരീതി സ്വീകരിച്ചു. അയാൾ ജീവിതത്തെ നിഷേധിച്ചു. അപ്പുവും ഗുരുവിന്റെ പാതതന്നെ പിന്തുടർന്നു. അവന് ജീവിതത്തിൽ ഇണങ്ങിച്ചേരാൻ കഴിഞ്ഞില്ല. മധ്യ വർത്തികളെ അവൻ ചെറുക്കുകയും ചെയ്തു. അൽബേര കമ്യൂവിന്റെ അഭിപ്രായത്തിൽ എല്ലാ അസ്തിത്വവാദികളും ഉത്തരങ്ങളും പോംവഴി കളും അന്വേഷിക്കുന്നു. എന്തിനുവേണ്ടി? രക്ഷപ്പെടാൻ. ഒളിച്ചോടാൻ അതിന് ഇനി പ്രസക്തിയില്ല. കമ്യൂവിന്റെ അഭിപ്രായത്തിൽ, ലോകം അസംബന്ധമാണ്. അസംബന്ധവാദികൾ മൂല്യബോധത്തിന് വില കൽപ്പിക്കുന്നില്ല. അവർക്ക് പ്രാധാന്യം അനുഭവയാഥാർഥ്യമാണ്. അവ യുടെ പേരിൽ അയാൾ വിധി നടത്തുന്നു. അസംബന്ധവാദി ഒരു റിബൽ ആണ്, അല്ലെങ്കിൽ നിഷേധി. അതുകൊണ്ടുതന്നെ അവരുടെ തത്വ ശാസ്ത്രം "നിഷേധത്തിൽനിന്ന് നിഷേധത്തിൽക്കൂടി നിഷേധത്തിലേക്ക്" എന്നാണ്. "പ്രതിഷേധിക്കുക അല്ലെങ്കിൽ നിഷേധിക്കുക." ഇതാണ് അസംബന്ധവാദിയുടെ മുദ്രാവാക്യം.

പക്ഷേ, ഒരു അസംബന്ധവാദി അല്ലെങ്കിൽ റിബൽ ഒറ്റയാനാണ്. അവന് സമൂഹത്തിൽ ഒറ്റയാനായി നിന്നുകൊണ്ട് ഒന്നും നേടാൻ കഴി യില്ല. അതുകൊണ്ടുതന്നെ അവൻ വിഷണ്ണനാണ്. വിഷണ്ണനായ അവൻ ഒന്നും ചെയ്യാൻ കഴിയില്ല. പ്രതികരിക്കാൻപോലും അവൻ അശക്തനാ ണ്. അതുകൊണ്ടുതന്നെയാണ്, അക്തർ അലിക്കും അപ്പുവിനും ജീവിത ത്തിനോട് ഇണങ്ങിച്ചേരാനോ പ്രതികരിക്കാനോ സാധിക്കാത്തത്.

ആത്മഹത്യയെ പ്രകീർത്തിക്കുന്ന സമീപനം ഈ നോവലിൽ സ്വീ കരിക്കുന്നുണ്ട്. അത് ഇങ്ങനെയാണ്.

അപ്പുവിന് ആവശ്യമില്ലാത്ത അവന്റെ ജീവനുവേണ്ടി ഡോക്ടർമാർ രാപ്പകൽ പ്രവർത്തിച്ചു.

മറ്റൊന്നുകൂടി,

ജീവിക്കുന്നതല്ലേ കുറ്റം? ജീവിക്കുന്നവരെയല്ലേ ശിക്ഷിക്കേണ്ടത്? പക്ഷേ, നിയമം ശിക്ഷിക്കുന്നത് മരിക്കാൻ ശ്രമിക്കുന്നവരെയാണ്.

ഇവിടെ മരണത്തെ ഒരു ആവിഷ്ക്കാരമാക്കുകയാണ് നോവലിസ്റ്റ് ചെയ്യുന്നത്. ആത്മഹത്യയെ അല്ലെങ്കിൽ മരണത്തെ പവിത്രവൽക്കരിച്ച ഒരു പ്രസ്ഥാനമാണ് ആധുനികതാവാദം. ഹൈഡഗറിന്റെ അഭിപ്രായ ത്തിൽ "ഡെയ്സിനിലേക്ക് (അസ്തിത്വത്തിന്റെ മറ്റൊരുപേര്) നമ്മെ നയി ക്കാൻ മരണത്തിന് കഴിയും." മരണത്തിലൂടെ സാക്ഷാൽക്കാരത്തിലേക്ക് എന്ന് അർഥം. മരണം, കൊലപാതകം തുടങ്ങിയവ ഒരു ആവിഷ്ക്കാര ത്തിന്റെ ഭാഗം ആകുന്നത് ഹിറ്റ്ലറിനെപ്പോലെയുള്ള വർണവെറിയ ന്മാർക്ക് പുതിയ സൈദ്ധാന്തിക അടിത്തറ നൽകി എന്ന് അഡോർണോ പറയുന്നു.

ആത്മഹത്യയെ, മരണത്തെ വ്യക്തിപരമായ ഒരു പ്രവൃത്തിയായി ആധുനികതാവാദത്തിനുമുമ്പ് ആരും ശക്തമായി ഉന്നയിച്ചിരുന്നില്ല. മറി ച്ച്, അത് ഒരു സാമൂഹ്യപ്രശ്നമായിരുന്നു. എന്നാൽ ആധുനികതാവാദം മരണത്തെ സാമൂഹ്യബന്ധങ്ങളിൽനിന്ന് അടർത്തിമാറ്റുകയും അവയെ ആത്മസാക്ഷാൽക്കാരമായി ബന്ധിപ്പിക്കുകയും ചെയ്തു. ഇത് മര ണത്തെ ശ്രേഷ്ഠവൽക്കരിക്കുകയും ആത്മഹത്യകൾക്ക് കൂടുതൽ നിറം നൽകുകയും ചെയ്തു. ഇത് ആധുനികതാവാദം വിതച്ച ഒരു മഹാ വിപത്താണെന്ന് അഡോർണോ പറയുന്നു.

ഹരിദ്വാറിൽ മണികൾ മുഴങ്ങുന്നു:

ആദ്യമായി നോവലിന്റെ ഇതിവൃത്തം പരിശോധിക്കാം. സെഞ്ഞ്യാർ ഹിറോസിയുടെ നിർബന്ധപ്രകാരം രമേശും സുജയും ഹരിദ്വാറിൽ ഒരു യാത്ര പോകുന്നു. അവർ പല പുണ്യസ്ഥലങ്ങൾ കണ്ട് മടങ്ങി ഡൽഹിയിൽ എത്തി. എന്നാൽ, ഹരിദ്വാർ തന്നെ വീണ്ടും വിളി ക്കുന്നതായി രമേശിനു തോന്നി. അവൻ ജോലിയും ബന്ധങ്ങളും ഉപേ ക്ഷിച്ച് തിരിച്ച് ഒറ്റയ്ക്ക് ഹരിദ്വാറിലേക്ക് പോകുന്നു. ആദ്യം ഹരിദ്വാറിൽ വന്നത് പണക്കാരനായിട്ടായിരുന്നുവെങ്കിൽ ഇന്ന് എല്ലാം ഉപേക്ഷിച്ച ഭിക്ഷുവായിട്ടാണ് വന്നിരിക്കുന്നത്. ഇതാണ് നോവലിന്റെ ഇതിവൃത്തം.

ഏകാന്തത ആധുനിക നോവലിനെ സംബന്ധിച്ച് പ്രധാന വിഷയ മാണ്. ഈ നോവലിൽനിന്ന് അങ്ങനെയൊരു ഭാഗം നോക്കാം.

എവിടെയെങ്കിലും പോയാലോ എന്നാലോചിച്ചു. അപ്പോൾ വേറൊരു പ്രശ്നം. എങ്ങോട്ടു പോകുവാൻ? രമേശ് പണിക്കർക്ക് മൂന്ന് ദിവസങ്ങൾ ചെലവഴിക്കാൻ ഈ ബൃഹത്തായ ഭൂമിക്കുമു കളിൽ ഒരിടമില്ല.

വേറൊന്ന് നോക്കാം.

എവിടെയാണ് പോകുക? പോകുവാൻ എത്രയോ സ്ഥലങ്ങൾ ഉണ്ട്. കാണുവാൻ എത്രയോ പേരുണ്ട്. ഡിഫൻസ് പവേലിയനിൽ ചെന്ന് യാത്രിക്കിന്റെ പുതിയ നാടകം കാണാം. ക്ലബ്ബിൽ ചെന്നി രുന്ന് ചെസ്സ് കളിക്കാം. നീന്തൽക്കുളത്തിൽ നീന്താം. ഏതെങ്കിലും

ഒരു സ്നേഹിതയെ വിളിച്ച് റാംബ്ലർ റെസ്റ്റോറന്റിൽ തുറന്നിട്ട ആകാശത്തിനുചുവട്ടിൽ ചെന്നിരിക്കാം. ഇത്രയൊക്കെയുണ്ടായിട്ടും ഒന്നുമില്ല എന്ന തോന്നൽ.

ഇവിടെ, നഗരത്തിൽ ഉള്ളവരുടെ പ്രശ്നമാണ് അവതരിപ്പിച്ചിരിക്കു ന്നത്. പക്ഷേ, ഗ്രാമത്തിലുള്ളവരെ ഇത് ബാധിക്കുന്നില്ല. ഗ്രാമത്തിൽ ആളുകൾ വളരെ കുറച്ചേ കാണുകയുള്ളൂ. അതുകൊണ്ട് വ്യക്തികൾ തമ്മിൽ വളരെ അടുത്തബന്ധം സ്ഥാപിക്കുകയും നിലനിർത്തുകയും ചെയ്യുന്നു. ഒരു ഗ്രാമത്തിലെ ഓരോ വ്യക്തിക്കും മറ്റ് വ്യക്തികളെ നേരി ട്ടറിയാൻ സാധിക്കുന്നു. അവർ തമ്മിലുള്ള ബന്ധം തികച്ചും വൈയ ക്തികമാണ്. ഈ തരത്തിലുള്ള വ്യക്തിഗതമായ ബന്ധമാണ് ഗ്രാമത്തിന്റെ പ്രത്യേകത.

എന്നാൽ ആധുനികനഗരം 'സങ്കലിത സമൂഹ'മാണ്. അയുക്തി കത, ഔപചാരികബന്ധങ്ങൾ, ഓരോരുത്തന്റെയും തൊഴിലിൽ ഏറ്റവും കൂടുതൽ വൈദഗ്ധ്യം നേടാനുള്ള വ്യഗ്രത മുതലായവ 'സങ്കലിതസമൂ ഹ'ത്തിന്റെ പ്രത്യേകതകൾ ആണ്. ജനബാഹുല്യം വൈയക്തിക ബന്ധ ത്തിന്റെ സാധ്യത കുറച്ചിട്ടുണ്ട്. തന്മൂലം വ്യക്തികൾ തമ്മിലുള്ള ബന്ധം ഔപചാരികവും നൈമിഷികവുമായി തീർന്നിട്ടുണ്ട്.

നഗരങ്ങളിൽ വ്യക്തിപരമായ അടുത്ത സമ്പർക്കത്തിന്റെ അഭാവം അരക്ഷിതത്വബോധവും ഏകാന്തതയയും കൂടുതൽ അനുഭവപ്പെടുന്ന നഗരവാസികളിൽ പലരും ഏതെങ്കിലും ആശ്രമജീവിതവുമായി ബന്ധപ്പെട്ടു കഴിയുന്നതും നാം കാണുന്നു. നോവലുകളും മറ്റ് രസകര മായ പുസ്തകങ്ങളും വായിച്ചും റേഡിയോയിലെ പരിപാടികൾ കേട്ടും ടി വി കണ്ടും സമയം ചെലവഴിക്കുക ഈ ഏകാന്തതയിൽനിന്നും രക്ഷ പ്പെടാനുള്ള മറ്റുമാർഗങ്ങളാണ്. മറ്റു മനുഷ്യരുമായി സദാ സമ്പർക്ക ത്തിൽ കഴിയാൻ ഈ മാർഗങ്ങൾ കുറേയൊക്കെ സഹായകരമാണ്. എങ്കിലും ഈ സമ്പർക്കം മനുഷ്യന്റെ സുരക്ഷിതത്വത്തിനും വൈകാരി കോദ്ഗ്രഥനത്തിനും വേണ്ട ഉറപ്പ് കൊടുക്കാൻ പര്യാപ്തമല്ല.

ആധുനികതാവാദ നോവലുകൾ ഉപരിവർഗത്തിനെ സംബോധന ചെയ്യുകയാണ് ഉണ്ടായത്. ഒരു ഉദാഹരണം നോക്കാം.

അമ്മ രമേശന്റെ കൈയെടുത്തു സ്വന്തം മടിയിൽ വച്ചു. എല്ലിച്ച രോമങ്ങൾ വളർന്നുകിടക്കുന്ന കൈകൾ. അമ്മയ്ക്കറിയാൻ പാടി ല്ലാത്ത ഒന്നും അവന്റെ ജീവിതത്തിലില്ല. ചരസും ഭംഗും ഉപ യോഗിക്കുന്നതും പെൺകുട്ടികളുടെ കൂടെ നടക്കുന്നതുമെല്ലാം അവർക്കറിയാം. എല്ലാം അവൻ അമ്മയോട് തുറന്നുപറയാറുണ്ട്.

ഇത് ഒരു ഉപരിവർഗ സമൂഹം മാത്രം അനുവദിച്ചു കൊടുക്കുന്ന സ്വാതന്ത്ര്യമാണെന്ന് എടുത്തുപറയേണ്ടതില്ലല്ലോ. അതുകൊണ്ടുതന്നെ ഈ നോവൽ ഉപരിവർഗത്തിനുവേണ്ടി എഴുതപ്പെട്ടിട്ടുള്ളതാണ്.

ഈ നോവലിൽ ദർശനത്തെ ആധികാരികവൽക്കരിക്കുന്ന ഒരു ഭാഗം ഉണ്ട്, അത് ശ്രദ്ധിക്കാം.

എനിക്കൊരു ദുഃഖവുമില്ലമ്മേ. ഒരുപക്ഷേ അതായിരിക്കാം എന്റെ ദുഃഖത്തിനുകാരണം. അപ്പോൾ നിന്റെ പ്രശ്നം മെറ്റാഫിസിക്ക ലാണല്ലേ?

ദുഃഖംകൊണ്ടേ നിന്റെ ദുഃഖം ക്യൂർ ചെയ്യാൻ കഴിയു അല്ലേ? അതെ ദുഃഖത്തിനു മാത്രമേ എന്നെ രക്ഷിക്കുവാൻ കഴിയു.

ഇവിടെ നോവലിസ്റ്റ് ദർശനത്തെ ഉപരിവർഗത്തിന്റെ ദർശനമായി ട്ടാണ് സമീപിക്കുന്നത്. ഇതിനെ 'ദർശനത്തിന്റെ ആധികാരികത' എന്നു പറയുന്നു. അതിഭൗതിക ദുഃഖത്തെ ദുഃഖത്തിന്റെ ശ്രേഷ്ഠതയായി ഇവിടെ നോവലിസ്റ്റ് വിലയിരുത്തുന്നു.

എന്താണ് 'ദർശനത്തിന്റെ ആധികാരികത' എന്ന് ഇവിടെ അറിഞ്ഞി രിക്കേണ്ടതുണ്ട്. ദർശനം ഒരിക്കലും ഒരു ആധികാരികതയായി മനു ഷ്യനെ ഭരിച്ചിരുന്നില്ല. എന്നാൽ മുതലാളിത്ത ആധുനികതാവാദം ദർശ നത്തെ ആധികാരികവൽക്കരിച്ചു. ദർശനം സാമാന്യജനങ്ങൾക്ക് വ്യവ ഹാരം ചെയ്യാവുന്ന ഒന്നല്ല എന്ന് ആദ്യമായി വിളിച്ചുപറഞ്ഞത് ആധുനി കതാവാദമാണ്. മാത്രമല്ല, അവർ മുന്നോട്ടുവച്ച വ്യക്തിസ്വാതന്ത്ര്യം ഉപ രിവർഗത്തിന്റെ വ്യക്തി സ്വാതന്ത്ര്യമായിരുന്നു. അതുകൊണ്ടുതന്നെ അവ രുടെ ദർശനം ഉപരിവർഗത്തെയാണ് സംബോധന ചെയ്യുന്നത്. "ഭാഗ്യം കാൾമാർക്സ് അതിഭൗതികതയെക്കുറിച്ച് ഒന്നും പറഞ്ഞിട്ടില്ല" എന്ന് കാൾ ജാസ്പേഴ്സ് നെടുവീർപ്പിടുന്നത് ഈ അവസരത്തിലാണ്. ഇതിൽനിന്നു മനസിലാകുന്നത് 'അതിഭൗതികത' സാധാരണക്കാരനെ ഉദ്ദേശിച്ചല്ല എന്നതുതന്നെ. എന്നാൽ മാർക്സ് 'അതിഭൗതികത'യെ 'പ്രത്യയശാസ്ത്രം' എന്ന് പുതിയ പേരിട്ട് നവീകരിക്കുകയും ഭൗതിക വൽക്കരിക്കുകയും ചെയ്തു. ഭൗതികവൽക്കരിക്കുക എന്നാൽ സാമാന്യ ജനങ്ങൾക്ക് വിശദീകരിക്കുക എന്നാണ് അർഥം. എന്നാൽ ദർശനത്തെ സാധാരണജനങ്ങൾക്ക് അപ്രാപ്യമാക്കണമെന്ന ബോധത്തോടെ പ്രവർ ത്തിച്ചതിന്റെ പരിണതഫലമാണ് ആധുനികതാവാദം എന്ന അസ്തിത്വ വാദം. അതുകൊണ്ട് അവർ റിയലിസത്തെ ചവറ്റുകുട്ടയിലേക്കാണ് തള്ളി യിട്ടത്. ചുരുക്കത്തിൽ, ദർശനത്തെ നിഗൂഢവൽക്കരിക്കുകയാണ് ആധു നികതാവാദികൾ ചെയ്തത്. അതുകൊണ്ട് അക്കാദമിക പണ്ഡിതന്മാർ ക്കും ഉപരിവർഗത്തിനും മാത്രം ചർച്ചചെയ്യാവുന്ന ഒന്നായി ദർശനം മാറി; ഇതാണ് 'ദർശനത്തിന്റെ ആധികാരികത.' എന്നാൽ മാർക്സ് ദർശന ത്തെ ഭൗതികവൽക്കരിച്ചതോടെ ദർശനത്തിന്റെ ആധികാരികത ചോദ്യം ചെയ്യപ്പെടുകയും അവയ്ക്കെതിരെ സാമാന്യജനങ്ങളുടെ വിമർശനം ഉയ രുകയും ചെയ്തു.

ലഹരിയോടുള്ള അമിതമായ ആസക്തി ആധുനികതാവാദികൾ പടച്ചുവിട്ട മറ്റൊരു വിപത്താണ്.

ഉദാഹരണം നോക്കാം.

ഉപ്പും വെള്ളവുമില്ലാതെ രമേശനു ജീവിക്കാൻ കഴിഞ്ഞേക്കാം. പക്ഷേ, ചരസോ കഞ്ചാവോ ഇല്ലാതെ ഒരുദിവസം പോലും അവനു ജീവിക്കാൻ കഴിയില്ല.

ഒന്നുകൂടി,

നിനക്കറിയാമോ സുജേ, വ്യാസൻ *മഹാഭാരതം* എഴുതിയത് നാർക്കോട്ടിക്സ് ഉപയോഗിച്ചാണ്. പ്രോബബ്ലി ഭംഗ്..... ഭംഗ് കഴി ക്കാതെ എങ്ങനെ ഒരു കുരുക്ഷേത്രം സൃഷ്ടിക്കാൻ കഴിയും? അസ്ത്രം എയ്തുവിട്ട് തീമഴ പെയ്യുന്നവിദ്യ സൈക്കഡെലിക്ക് ലഹരിയിലല്ലാതെ എങ്ങനെ ഭാവന ചെയ്യാൻ കഴിയും?

ലഹരിയോടുള്ള ഈ അമിതമായ ആസക്തി ആനന്ദിലോ ഒ വി വിജയൻ എന്ന ആധുനികതാവാദ നോവലിസ്റ്റുകളിലോ കാണാൻ സാധി ക്കുകയില്ല. അതുകൊണ്ടുതന്നെ ഇത് മറ്റൊരു പ്രസ്ഥാനത്തിൽനിന്നും കടംകൊണ്ടതാവണം. അതാണ് ഹിപ്പി പ്രസ്ഥാനം. അമിതമായ ലഹ രിക്കും അമിതമായ കാമവെറിക്കുംവേണ്ടി നിലകൊണ്ട പ്രസ്ഥാനമാണ് ഹിപ്പി പ്രസ്ഥാനം. അതുകൊണ്ടുതന്നെ എം മുകുന്ദൻ എന്ന നോവ ലിസ്റ്റ് ആധുനികതാവാദത്തെ ഇവിടെ ഹിപ്പി പ്രസ്ഥാനത്തോട് നീട്ടിവ ലിച്ച് വായിക്കുകയാണ് ഉണ്ടായതെന്ന് പറയേണ്ടിയിരിക്കുന്നു. അതു കൊണ്ടാവാം മുകുന്ദൻ ഇങ്ങനെ എഴുതുന്നത്:

സായ്വ് രമേശിനു വിസ്കിയും സിഗരറ്റും മാത്രമല്ല കൊടുത്തത്. മറ്റുപലതും കൊടുക്കുന്നുണ്ട്. പലതവണ ഒരേ പെണ്ണിന്റെ അപ്പുറ ത്തും ഇപ്പുറത്തും കിടന്ന് അവർ ഉറങ്ങിയിട്ടുണ്ട്. വിസ്കിയിൽ ഇന്ന് താൽപ്പര്യവുമില്ല. പകരം ഭംഗാണ് ഇപ്പോൾ ഉപയോഗിക്കു ന്നത്. സിഗരറ്റിനുപകരം ചരസും. മദ്യവും സിഗരറ്റും മടുത്തു. പെണ്ണിനെയോ? മദ്യത്തിനുപകരം ഭംഗും സിഗരറ്റിനുപകരം ചരസും ഉപയോഗിക്കാം. പെണ്ണിനുപകരം എന്തുണ്ട് ഈ ലോകത്തിൽ, പെണ്ണല്ലാതെ?

ഇനി നോവലിൽ പരാമർശിക്കുന്ന ഉപരിവർഗം 'കുടുംബം' എന്ന സാധ്യതയെ എങ്ങനെ കാണുന്നുവെന്ന് ചിന്തിക്കേണ്ടിയിരിക്കുന്നു.

സ്നേഹമെന്ന ഒന്നില്ല. അമ്മ എന്നെ സ്നേഹിക്കുന്നത് ഞാൻ നിങ്ങളുടെ മകനായതുകൊണ്ടാണ്. അല്ലെങ്കിൽ അമ്മ എന്നെ സ്നേഹിക്കില്ല എന്നു മാത്രമല്ല തമ്മിൽ കണ്ടുമുട്ടിയാൽ ഒരു വാക്കുപോലും പറഞ്ഞില്ലെന്നുവരും.

ഇവിടെ രമേശ് പറയുന്നത് സ്നേഹം എന്നൊന്നില്ല എന്നു തന്നെ യാണ്. അപ്പോൾപ്പിന്നെ കുടുംബത്തിന്റെ കാര്യം എടുത്തുപറയേണ്ടതി ല്ലല്ലോ. ഇവിടെ രമേശ് അംഗീകരിക്കുന്നത് 'കൊഹാബിറ്റ്' എന്ന ജീവി തശൈലി മാത്രമാണ്. അതിങ്ങനെയാണ്, അച്ഛനോടും അമ്മയോടും മക്കൾക്ക് വലിയ സ്നേഹമില്ല. കടപ്പാടില്ല. മറിച്ച് കുറച്ച് ബന്ധം മാത്രം. കുടുംബത്തെ അവർ ഒരു എസ്റ്റാബ്ലിഷ്മെന്റായി കാണുന്നു. വ്യക്തിയുടെ സ്വാതന്ത്ര്യം ആഘോഷിക്കുക എന്നതാണ് ഈ ജീവിതശൈലികൊണ്ട് അർഥമാക്കുന്നത്. ആർക്കും ആരോടും സ്നേഹമില്ല. ലോകം തനിക്കു വേണ്ടി നിർമിക്കപ്പെട്ടതാണ്. തന്റെ ജീവിതം തന്റേതു മാത്രമാണ്. ഇതാണ് ഈ ജീവിതരീതിയുടെ മുദ്രാവാക്യം. എന്നാൽ, ഇത് സമൂഹം അംഗീകരിച്ചുവെന്നുവരില്ല. പ്രത്യേകിച്ച് വ്യാവസായികവിപ്ലവംപോലും പൂർത്തിയാകാത്ത ഭാരതത്തെ സംബന്ധിച്ച്.

കൂട്ടംതെറ്റി മേയുന്നവർ:

ഹരിദ്വാറിൽ മണികൾ മുഴങ്ങുന്നു എന്ന നോവൽ ബൂർഷ്വാ ജീവിത ശൈലിയെ പരാമർശിക്കുന്നുവെങ്കിൽ കൂട്ടംതെറ്റി മേയുന്നവർ കേരള ത്തിലെ മധ്യവർഗ ജീവിതശൈലിയെയാണ് പരാമർശിക്കുന്നത്. നായക കർത്തൃത്വം ഒഴികെ ബാക്കിയുള്ള കഥാപാത്രങ്ങൾ ഈ ജീവിതശൈലി യോട് ഇണങ്ങി ജീവിക്കുന്നവരാണ്. എന്നാൽ നായകനായ പ്രകാശൻ മധ്യവർത്തി ജീവിതശൈലിയിൽ നിന്നുകൊണ്ട് ഒരു റിബൽ ജീവിതം നയിക്കാൻ തയാറാവുന്നു.

അത് എന്താണ്? മുടി നീട്ടിവളർത്തുന്നതിലൂടെ നിലവിലുള്ള ജീവിത ശൈലിയെ വെല്ലുവിളിക്കുകയാണ് പ്രകാശൻ. ഇന്ത്യൻ ജീവിത ശൈലിയെ സംബന്ധിച്ച് മുടിനീട്ടിവളർത്തുക എന്നാൽ സന്യാസരീതി യെ പിന്തുടരുക എന്നാണ് അർഥം. എന്നാൽ, പ്രകാശനെ സംബന്ധിച്ച് പ്രകാശൻ ഒരു സന്യാസി അല്ല. മറിച്ച് വിദേശസംസ്കാരം പുതുതായി രൂപംനൽകിയ റിബൽ ജീവിതത്തെ സ്വീകരിക്കുകയാണ് ചെയ്യുന്നത്. ഹിപ്പിജീവിതരീതിയാണ് ഇത്. എന്നാൽ, പ്രകാശൻ സ്വയം ഹിപ്പിയാ ണെന്ന് സമ്മതിക്കുന്നില്ല. മറിച്ച് തന്റെ ആവിഷ്ക്കാരത്തിന്റെ ഭാഗമായി മുടി നീട്ടിവളർത്തലിനെ സങ്കൽപ്പിക്കുന്നു. ഒരേസമയം സന്യാസ ത്തെയും ഹിപ്പിജീവിതത്തെയും നിഷേധിക്കുന്ന സത്യാന്വേഷിയായി പ്രകാശൻ നിലകൊള്ളുന്നു. ആ അന്വേഷണം എന്താണെന്ന് പ്രകാശനു തന്നെ സ്വയം ബോധ്യമില്ല. തന്റെ സത്യാന്വേഷണത്തിൽ ഒരു ഉദാഹ രണം ചൂണ്ടിക്കാണിക്കാൻ പ്രകാശനാവുന്നില്ല. ഇത് പ്രകാശന്റെ ഒരു ബലഹീനതയാണ്. അതുകൊണ്ടുതന്നെ പ്രകാശന്റെ സത്യാന്വേഷണ ങ്ങൾക്ക് സമൂഹനിഷേധത്തിന്റെ സ്വരമാണ് ഉള്ളത്. താൻ സമൂഹത്തെ നിഷേധിക്കുന്നു. അതിനുവേണ്ടി തലമുടി നീട്ടി വളർത്തുന്നു. അതിന പ്പുറം അതിന് ഒരു വ്യവസ്ഥ സൃഷ്ടിക്കുവാൻ പ്രകാശനാവുന്നില്ല. ഒരു സത്യാന്വേഷിയുടെ സ്വത്വനഷ്ടമായി അത് മാറുന്നു. അവസാനം ജീവിത

ത്തിൽനിന്ന് ഉൾവലിഞ്ഞ് ഒരു മുറിയിൽ തന്റെ ഇണയോടൊപ്പം സ്വയം തമസ്കരിക്കുന്നു.

മുടി നീട്ടിവളർത്തുന്നത് തന്റെ സ്വത്വാന്വേഷണത്തിന്റെ ഭാഗമാ ണെന്ന് പ്രകാശൻ പറയുന്നുണ്ട്.

ഈ വളർന്ന തലമുടി തന്റെ അസ്തിത്വത്തിന്റെ പ്രകടനമാണ്. എന്നാൽ അടുത്ത പ്രസ്താവന നോക്കൂ.

> തലമുടി നാലിഞ്ചു കൂടുതൽ വളർത്തിയതിനാണ് നിങ്ങളെന്നെ പുറത്താക്കുന്നത്. ഇന്നു ഞാൻ മാത്രമേയുള്ളൂ. നാളെ ഇവിടെ എന്നെപ്പോലെ നൂറുപേർ കാണും. അവരെയെല്ലാം അന്നു നിങ്ങ ൾ പുറത്താക്കണം. അല്ലെങ്കിൽ ഞാൻ വരും – നീതി ചോദിക്കു വാൻ.

പ്രകാശൻ ഹിപ്പി പ്രസ്ഥാനത്തിൽപ്പെടുന്നില്ല എന്ന് പ്രകാശൻ തന്നെ പറയുന്നതിന് ഉദാഹരണമാണ് ആദ്യത്തെ പ്രസ്താവന. എന്നാൽ, അവൻ ഹിപ്പിപ്രസ്ഥാനത്തിന്റെ സന്താനംതന്നെ എന്നതിന്റെ തെളിവാണ് രണ്ടാമത്തെ പ്രസ്താവന. ഇത് ഈ നോവലിനെ സംബന്ധിച്ചിടത്തോളം അബദ്ധത്തിലുള്ള ഒരു വെളിപ്പെടുത്തലാണ്. കാരണം, പ്രകാശൻ തന്നെ പ്രകാശന്റെ ജീവിതശൈലിക്ക് പേര് നൽകിയിട്ടില്ല. എന്നുവരികിലും, പ്രകാശന്റെ ജീവിതശൈലിക്ക് ഹിപ്പിപ്രസ്ഥാനത്തോടാണ് അടുപ്പമെന്ന് ഇതിലൂടെ മനസിലാക്കാം.

ഹിപ്പി പ്രസ്ഥാനത്തിന്റെ ജീവിതശൈലിയുടെ ഒരു പ്രത്യേകത യാണ് അലഞ്ഞുതിരിഞ്ഞു ജീവിതം നയിക്കുക എന്നത്. ഇത് പ്രകാ ശന്റെ സ്വപ്നങ്ങളിലും പ്രതിഫലിക്കുന്നുണ്ട്.

> രതിയുടെ കൂടെയുള്ള ജീവിതം, കൽക്കത്ത, ഡൽഹി, ബോംബെ തുടങ്ങിയ വിദൂരസ്ഥലങ്ങളിൽ അലഞ്ഞുനടക്കുന്നു. ഋഷികേശ്, ഹരിദ്വാർ, കാശി.

ഇവിടെ പ്രകാശൻ അലഞ്ഞുതിരിഞ്ഞുള്ള ജീവിതം ഒരു സ്വാത ന്ത്ര്യമായി സ്വപ്നം കാണുകയാണ്. ഇതും തന്റെ ജീവിതശൈലി ഹിപ്പി പ്രസ്ഥാനത്തെയാണ് പിന്തുടരുന്നത് എന്നുള്ള ഒരു വെളിപ്പെടുത്തലാണ്.

ഹിപ്പിപ്രസ്ഥാനവുമായി ബന്ധപ്പെട്ട ഒരു പുതിയ സാമൂഹ്യ സദാ ചാരത്തെ പ്രകാശൻ നമുക്ക് കാണിച്ചുതരുന്നു.

> ഞാൻ പ്രേമിക്കുന്നില്ല. പ്രേമം എന്ന വാക്ക് തീട്ടത്തെപ്പോലെ ഞാൻ വെറുക്കുന്നു.

പിന്നെ നീയും രതിയും തമ്മിലുള്ള ബന്ധം എന്താണ്? ഇണ. പ്രേമത്തെ ചെറുക്കുന്ന പ്രകാശൻ രതിയെ തന്റെ ഇണ എന്നു സംബോധനചെയ്തു കാണാനാണ് ഇഷ്ടപ്പെടുന്നത്. ഇണ എന്ന പദ

ത്തിന് ലൈംഗികതയോടാണ് കൂടുതൽ അടുപ്പം. ഇത് അടുത്ത പ്രസ്താ
വനയോടെ കൂടുതൽ ബോധ്യമാകും.

യൂറോപ്പിലെ ജീവിതം എനിക്കൊരു സ്വഭാവം നൽകിയിരിക്കുന്നു.
അയാൾ നിഷ്കളങ്കമായി ചിരിച്ചു. 'ഒറ്റയ്ക്ക് കിടന്നാൽ ഉറക്കം
വരില്ല. രാത്രിയിലേക്ക് ഒരു പെൺകുട്ടിയെ അറൈഞ്ച് ചെയ്തി
ട്ടുണ്ട്. വീ ക്യാൻ ഷെയർ ഹെർ.

അയാൾ വായിലേക്കുയർത്തിയ പോർക്കുമായി പ്രകാശനെ നോക്കി
– നിനക്കതില് വിഷമമുണ്ടോ? ഇല്ല.
ലൈംഗിക അരാജകത്വത്തിന് തുടക്കം കുറിച്ചത് ഹിപ്പി പ്രസ്ഥാന
മാണ്. എവിടെയും ലൈംഗികതയെയും ലഹരിയെയും ഉയർത്തിപ്പിടി
ക്കുന്ന അവർ സമൂഹത്തിൽ ഇവയോട് ചേർത്താണ് തങ്ങളുടെ അസ്തി
ത്വ പ്രഖ്യാപനം നടത്തിയത്. ഇതും പ്രകാശൻ ഹിപ്പി പ്രസ്ഥാനത്തിന്റെ
സംഭാവനയായാണെന്നതിന്റെ തെളിവാണ്.
കല എനിക്കുവേണ്ടി – എന്നൊരു വാദം ഈ നോവലിൽ ഉയർന്നു
വരുന്നത് നമുക്ക് കാണാൻ സാധിക്കും.

നിങ്ങളുടെ പെയിന്റിങ്ങുകൾ ആരും കാണാൻ വന്നില്ലെങ്കിൽ
നിങ്ങൾക്കൊന്നുമില്ലേ? എന്റെ ചിത്രങ്ങൾ മറ്റുള്ളവർക്ക് താൽപ്പ
ര്യം സൃഷ്ടിക്കാൻ ഞാനാരാണ്?

പിന്നെ എക്സിബിഷൻ എന്തിന്? ഒരുപക്ഷേ, എനിക്കു കാണാൻ
വേണ്ടി. നല്ല വെളിച്ചം കിട്ടുന്ന ഒരു ഹാളിൽ ഞാൻ ചോര നീരാക്കി
വരച്ച ചിത്രങ്ങൾ പ്രദർശിപ്പിച്ചുകാണുക – ചങ്ങാതി. ഇതിൽക്കൂടു
തൽ ഒരു സന്തോഷം എനിക്കു വേറെയില്ല.

ഇത്, കല എനിക്കുവേണ്ടി എന്ന പുതിയ വാദമാണ്. ഇവിടെ കല
സമൂഹത്തിനുവേണ്ടിയോ, കലയ്ക്കുവേണ്ടിയോ അല്ലായെന്നും കല
വ്യക്തിക്കുവേണ്ടിയാണെന്നും അർഥം വരുന്നു. ഇത് ആധുനികതയുടെ
വ്യക്തി സ്വാതന്ത്ര്യത്തെയാണ് ഊന്നിക്കാണിക്കുന്നത്. വ്യക്തി സമൂഹ
ത്തിൽനിന്ന് മാറിനിൽക്കുമ്പോൾ മാത്രമേ സ്വതന്ത്രനാകൂവെന്ന മുത
ലാളിത്ത കാഴ്ചപ്പാടാണ് ഇത് പങ്കുവയ്ക്കുന്നത്. *ജൂതപ്രശ്നത്തെക്കു
റിച്ച്* എന്ന പ്രശസ്തമായ കൃതിയിൽ മാർക്സിന്റെ നിരീക്ഷണം ഇവിടെ
ശ്രദ്ധേയമാണ്.

വ്യക്തികൾക്ക് നിയമത്തിന്റെ സംരക്ഷണത്തിൻകീഴിൽ ഒറ്റപ്പെട്ട
ഏകകങ്ങളായി തുല്യ അകലത്തിൽ വേർതിരിഞ്ഞു
നിൽക്കാനുള്ള അവകാശത്തെയാണ് ബുർഷ്വാസമൂഹം സ്വാത
ന്ത്ര്യമെന്ന് വിശേഷിപ്പിക്കുന്നത്. അതായത് വ്യക്തികൾ തമ്മിലുള്ള
നിയമപരമായ അകലമാണ് സ്വാതന്ത്ര്യത്തിന്റെ അടിസ്ഥാനമായി
എണ്ണപ്പെടുന്നത്. സാമൂഹ്യ ജീവിതത്തിൽനിന്ന് ഉൾവലിഞ്ഞ്

നിൽക്കുന്ന വ്യക്തിയാണ് ബുർഷ്വാ സമൂഹത്തിലെ സ്വതന്ത്ര പൗരൻ.

ആധുനികതയുടെ ദർശനങ്ങളും സൃഷ്ടികളും ഈ സ്വാതന്ത്ര്യത്തെ യാണ് വ്യക്തിയുടെ മുഴുവൻ സ്വാതന്ത്ര്യമെന്ന് വിശ്വസിച്ചുപോയത്. ഇതാണ് 'കല എനിക്കു വേണ്ടി' എന്ന വാദത്തിന്റെ യഥാർഥ മുഖം. ഈ സ്വാതന്ത്ര്യവും ആനന്ദവും യഥാർഥത്തിൽ ബുർഷ്വാസ്വാതന്ത്ര്യവും ആനന്ദവുമാണ്.

ആകാശത്തിനു ചുവട്ടിൽ

ദിനേശന്റെ കഥയാണ് ആകാശത്തിനുചുവട്ടിൽ എന്ന നോവൽ. അവന് അഞ്ചു വയസു മുതൽ യുവാവാകുന്നതു വരെയുള്ള കഥയാ ണിത്. ദിനേശൻ സമൂഹത്തിനു മുന്നിൽ അലസജീവിതം നയിക്കുന്നു. പക്ഷേ, ഈ അലസജീവിതത്തെ സമൂഹം ഭ്രാന്തായി അടയാളപ്പെടു ത്തുന്നു. ദിനേശനെ ഭ്രാന്തനായി ഒരു മുറിയിൽ അടച്ചിടുന്നതോടെ ഈ നോവൽ അവസാനിക്കുന്നു.

ദിനേശന്റെ അലസജീവിതം തുടക്കത്തിൽ എങ്ങനെ ഉള്ളതായിരു ന്നുവെന്ന് നോക്കാം.

നാട്ടിലെ കുട്ട്യോള് മുഴുവനും പോകുന്നുണ്ട്. എന്താ നീ പോകാ ത്തതുമോനേ?
ഉറങ്ങണം.
ഉറങ്ങണോ? അച്ഛൻ ക്ഷുഭിതനായി.
ജാനകി പറഞ്ഞു:
ദിനേശന് ഉറങ്ങ്യാലും ഉറങ്ങ്യാലും മതിയാകില്ല.

ഇതാണ് ദിനേശന്റെ അലസജീവിതത്തിന് തുടക്കം. എന്നാൽ ഈ അലസജീവിതത്തിന് ഒരു കാരണം ഉണ്ടെന്ന് നോവലിസ്റ്റ് പറയുന്നു. അത് ഇങ്ങനെയാണ്:

നിന്റെ അച്ഛൻ ഇപ്പോഴൊരു മുഴുകുടിയനാണ്. നിന്റെ മരണം അച്ഛ നെയും അമ്മയെയും തളർത്തിക്കളഞ്ഞു മോഹനാ. അച്ഛനെയും അമ്മയെയും മാത്രമാണോ?

ദിനേശനെ തകർത്തത് ആരാണ്? ദിനേശന്റെ തലവിധി മാറ്റിയത് ആരാണ്? ദിനേശനെ ഇങ്ങനെ ആക്കിയത് ആരാണ്?

നോവലിസ്റ്റിന്റെ അഭിപ്രായത്തിൽ ദിനേശനെ അലസജീവിതം നയി ക്കാൻ പ്രേരിപ്പിച്ചത് മോഹനന്റെ മരണമായിരുന്നുവെന്നാണ്. മരണത്തെ ദാർശനികവൽക്കരിക്കുന്ന ഈ നോവലിൽ മോഹനന്റെ മരണം നടക്കു ന്നത് ദിനേശന് അഞ്ച് വയസ്സ് മാത്രമുള്ളപ്പോഴാണ്. മോഹനനും അതേ

പ്രായമായിരുന്നു. മരണം ഡെയ്സിനിൽ എത്താനുള്ള മാർഗമാണെന്ന് ഹൈഡഗർ പറയുന്നുണ്ടല്ലോ. ദിനേശനെ സംബന്ധിച്ചും മരണം ഡെയ്സിനിലേക്കുള്ള മാർഗമായിരുന്നു. അവൻ തന്റെ ഡെയ്സിൻ അഥവാ അസ്തിത്വം തിരിച്ചറിയുന്നത് മോഹന്റെ മരണത്തോടെയായിരുന്നു. അതുകൊണ്ടുതന്നെ അവന്റെ ബാക്കിജീവിതം മോഹന്റെ മരണത്തോട് അടുക്കാനുള്ള വാഞ്ഛയായിരുന്നു.

എന്നാൽ ഇവിടെ ഒരു വിരോധാഭാസം അന്തർഭവിച്ചിരിക്കുന്നു. അത് മോഹനൻ മരിച്ചത് അഞ്ചാം വയസിലാണ് എന്നുള്ളതുതന്നെ. അന്ന് ദിനേശനും അതേ പ്രായമായിരുന്നു. അഞ്ചാം വയസ്സ് ഒരിക്കലും മരണത്തിന്റെ ഗൗരവം മനസിലാക്കാൻ പറ്റിയ പ്രായമല്ല. അതുകൊണ്ടുതന്നെ മോഹനന്റെ മരണം ദിനേശന്റെ അസ്തിത്വത്തെ തകിടം മറിക്കുകയും പുനർനിർമിക്കുകയും ചെയ്തു എന്ന നോവലിസ്റ്റിന്റെ വാദം ഒരു ന്യൂന തയായി അവശേഷിക്കുന്നു. ഇത് ഈ നോവലിന്റെ ബലഹീനതയാണ് കാണിക്കുന്നത് എന്ന് എടുത്തുപറയേണ്ടിയിരിക്കുന്നു.

ജാനകി എന്ന വേലക്കാരിയോട് ദിനേശന് യൗവനത്തിൽ തോന്നിയ ദുഃഖം ഒരു സഹോദരന് സഹോദരിയോട് തോന്നുന്ന ദുഃഖം മാത്രമാ ണ്. അവളെ വിവാഹം കഴിച്ചുവിടാത്തതിൽ അവന് അതിയായ ദുഃഖം ഉണ്ടായിരുന്നു. ദിനേശന്റെ അലസജീവിതത്തിന് ഇത് ഒരു കാരണമല്ല.

സീത

നായികാ കഥാപാത്ര കർത്തൃത്വമാണ് ഈ നോവൽ പ്രമേയമായി അവതരിപ്പിക്കുന്നത്. സീതയാണ് ഇവിടെ നായികാ കഥാപാത്രം. എന്താണ് സംഭവിച്ചതെന്ന് സീതയ്ക്ക് മനസിലായില്ല. പെട്ടെന്നായിരുന്നു ആക്രമണം. ഉച്ചത്തിൽ ഒന്നുനിലവിളിച്ചെങ്കിൽ രക്ഷപ്പെടാമായിരുന്നു. പക്ഷേ, അമ്പരപ്പിനിടയിൽ അതിനുപോലും കഴിഞ്ഞില്ല. ചലനമറ്റ് നിൽ ക്കുന്ന അവളെ ഒരു വലിയ കടൽത്തിരയെന്നപോലെ അയാൾ തുത്തു വാരിക്കൊണ്ട് പോയി. സീതയുടെ ജീവിതത്തിലെ വഴിത്തിരിവിന്റെ തുട ക്കമായിരുന്നു അത്. സമ്പന്നതയുടെ സുഖലോലുപതയിൽ കഴിയു മ്പോഴും അവളുടെ ഓർമയിൽ അയാൾ നിറഞ്ഞുനിന്നു. രാത്രിയുടെ നിശ്ശബ്ദതയിൽ അവൾ അയാളെത്തേടിയിറങ്ങി.

സീത ഒരു സ്ത്രീവാദ കർത്തൃത്വ കൃതിയാണോ എന്ന് ചോദ്യ മുന്നയിച്ചുകൊണ്ട് ആരംഭിക്കാം. സീത ഒരു സ്ത്രീവാദ കർത്തൃത്വ കൃതിയാണെന്ന് ഉദ്ഘോഷിച്ചുകൊണ്ടാണ് രംഗത്തുവന്നത്. എന്നാൽ, അത്രക്രകണ്ട് ശരിയാണോ? സത്യത്തിൽ സ്ത്രീവാദം എന്നൊന്നില്ല. ഉള്ളത് സ്ത്രീവാദങ്ങൾ ആണ്. അവയുടെ വീക്ഷണങ്ങൾക്ക് വൈവി ധ്യസ്വഭാവമാണ് ഉള്ളത്. ഇവിടെ സ്ത്രീയുടെ ഗർഭപാത്രമോ, വോട്ടവ കാശമോ ഒരു വിഷയമാകുന്നില്ല. മറിച്ച്, സോഷ്യലിസത്തിനുവേണ്ടി യാണോ ഈ നോവൽ നിലനിൽക്കുന്നത് എന്നു ചോദിച്ചാൽ അതും ശരിയാവില്ല. എന്നാൽ, മൂന്നാം തരംഗത്തിലെ ശക്തമായ ദാർശനിക

സ്ത്രീവാദമാണോ ഇതിന്റെ കാതൽ എന്നു ചോദിച്ചാൽ അതും ഒരു ആരോപണമാകാനേ നിവൃത്തിയുള്ളു. അസ്തിത്വവാദത്തിന്റെ ആവലാ തികൾ നോവലിൽ മുകുന്ദൻ നിരന്തരം ആരോപിക്കാൻ ശ്രമിക്കുന്ന തായും കാണാം. മുകുന്ദന് *സീതയിൽനിന്ന്* വേണ്ടത് ഒരു രക്ഷപ്പെട ലാണ്. "ആധുനികത സ്ത്രീയെ പാർശ്വവൽക്കരിച്ചു" എന്ന വിമർശന ത്തിൽനിന്നുള്ള രക്ഷപ്പെടൽ.

മലയാളത്തിലെ ആധുനികതാവാദ നോവൽ പ്രസ്ഥാനത്തിൽ സ്ത്രീ എഴുത്തുകാരികൾ ഉണ്ടായിരുന്നില്ല. അതുകൊണ്ട്, ഈ ഘട്ട ത്തിൽ അവർക്ക് ഒരു ശൈലിയോ ദർശനമോ മുന്നോട്ടുവയ്ക്കാൻ കഴി ഞ്ഞില്ല. പിന്നെ സംഭവിച്ചത് *സീത* പോലെയുള്ള ഉദാരവാദ നോവലു കൾ ആയിരുന്നു. അത് രചിച്ചത് പുരുഷന്മാർ ആയിരുന്നു. അതുകൊ ണ്ടുതന്നെ ലിംഗവ്യത്യാസത്തിന്റെ ഉപരിപ്ലവത അവയെ കാർന്നുതിന്നു. ആയതിനാൽ ഈ നോവലും പുരുഷവീക്ഷണത്തിൽ സൃഷ്ടിക്കപ്പെട്ട നായികാ കർത്തൃത്വമാണെന്ന് പറയേണ്ടിയിരിക്കുന്നു.

സ്ത്രീ – പുരുഷബന്ധം ഈ നോവലിൽ ആരംഭിക്കുന്നത് ഇങ്ങ നെയാണ്:

> രണ്ടു കൈകൾ പെൺകുട്ടിയെ കടന്നുപിടിച്ചു. പെട്ടെന്നായിരുന്നു ആക്രമണം. എന്താണ് സംഭവിച്ചതെന്ന് അവൾക്ക് മനസിലായി ല്ല. ഉച്ചത്തിൽ ഒന്നു നിലവിളിച്ചിരുന്നുവെങ്കിൽ രക്ഷപ്പെടാമായിരു ന്നു. പക്ഷേ, അമ്പരപ്പിനിടയിൽ അതിനുപോലും അവൾക്ക് കഴി ഞ്ഞില്ല. രണ്ടു നിമിഷത്തേക്ക് അവളുടെ ഇന്ദ്രിയങ്ങൾ പ്രവൃത്തി ച്ചില്ല. ചലനമറ്റ് നിൽക്കുന്ന അവളെ ഒരു വലിയ കടൽത്തിര പോലെ അയാൾ തൂത്തുവാരിക്കൊണ്ടുപോയി..... കൈവിടൂ. അവ ശയായ അവൾ മന്ത്രിച്ചു. ഞാൻ സമ്മതിക്കാം. വിശ്വാസംവരാതെ അയാൾ അവളെ തുറിച്ചുനോക്കി. പിന്നീട് സംശയിച്ച് സംശയിച്ച് പതിയെ വിട്ടു. അടുത്തനിമിഷം അവൾ വാതിൽക്കൽ എത്തിയി രുന്നു. "നായിന്റെ മോൾ" അയാൾ പരിസരംമറന്ന് അലറി.

നോവലിന്റെ അസ്ഥിവാരംതന്നെ ഈയൊരു സംഭവമാണ്. പിന്നീട്, നോവലിനെ നയിക്കുന്നത് ഒരു പുരുഷനിർമിത മിത്താണ്. "ആദ്യമായി പ്രാപിച്ചവനെ ഒരു പെണ്ണിനും തന്റെ ജീവിതാവസാനംവരെ മറക്കാനാ വില്ല." ഈയൊരു മിത്തിൽ നിന്നുകൊണ്ടാണ് സീതയെ നോവലിസ്റ്റ് സമീപിക്കുന്നത്. ഇത് ഇവിടെ വച്ച് നിർത്താതെ നോവലിന്റെ കാതലായി അതിനെ മാറ്റുന്നു. പിന്നീട് നോവൽ മുഴുവൻ നായികയുടെ ദുരന്തപ്രേമം തന്നെയാണ് വിഷയം. ആധുനികനായ മുകുന്ദൻ ഈ ദുരന്തപ്രേമം ഒരു ദർശനമാണെന്ന് ആവിഷ്കരിക്കുന്നു. അതുകൊണ്ടുതന്നെ, ജീവിത ത്തിൽ വല്ല സന്തോഷങ്ങളും നായികയിൽ കടന്നുപോകുമ്പോഴും അവൾ സന്തോഷിക്കാതെ വിഷാദയായി തുടരുന്നു. കുറച്ചുകൂടി പറഞ്ഞാൽ, മുകുന്ദന്റെ നായകനോ നായികയ്ക്കോ വിഷാദംവിട്ട് നേരമില്ല. അവ

സ്ഥനം തന്റെ പ്രേമം സീത നായകനെ അറിയിക്കുമ്പോൾ അവൾക്ക്
ലഭിക്കുന്ന മറുപടി ഇതാണ്:

> എനിക്ക് നിന്നോട് ഒരു ചുക്കുമില്ല. അത് നിനക്കിനിയും മനസി
> ലായില്ലേ? പിന്നെ എന്തിനാ എന്റെ പിറകേ വന്നേ? അത് നിന്റെ
> മൊലേം ചന്തിയും കണ്ടിട്ട്.

തന്റെ വിശ്വാസത്തെയും പ്രവൃത്തികളെയും വിഷാദങ്ങളെയും
ചോദ്യം ചെയ്യുന്ന മറുപടിയായിരുന്നു സീതയ്ക്ക് ഇത്. മൊലേം ചന്തിയും
കണ്ട് സ്നേഹിച്ച സുരേന്ദ്രനെ (നായകനെ) അവൾക്ക് പിന്നെയും വെറു
ക്കാൻ കഴിയുന്നില്ല എന്നത് ഒരു പുരുഷവീക്ഷണമാവാനേ തരമില്ല.
    നോവലിൽ പുരുഷന്റെ സ്ത്രീ വീക്ഷണം ഇവിടെ വച്ച് അവസാ
നിച്ചു എന്ന് ധരിക്കരുത്.

> സ്ത്രീ മദ്യപിക്കുക. സിഗരറ്റ് വലിക്കുക. അയാളുടെ (സുരേഷ്)
> മനസിൽ രക്തം വാർന്നൊഴുകുകയായിരുന്നു.

ആധുനികതാവാദത്തിൽ പുരുഷന്മാരെക്കൊണ്ട് കൊതിതീരാതെ
മദ്യവും ലഹരിയും നൽകി ശീലിപ്പിച്ച മുകുന്ദനെ സീതയെയും വെറു
തെവിടാൻ തയാറല്ലായിരുന്നു. എന്നാലെങ്കിലും ഇത് ഒരു വ്യത്യസ്ത
നോവലായിക്കൊള്ളും എന്ന് അദ്ദേഹം തെറ്റിദ്ധരിച്ചിരിക്കാനിടയുണ്ട്.
ഇങ്ങനെ പറയാൻ കാരണം സീതയെ മുകുന്ദൻ അവതരിപ്പിച്ച ഒരു രീതി
യുണ്ട്. അത് ഇങ്ങനെയാണ്.

> ആരാലും അറിയപ്പെടാതെ ഒരു രഹസ്യത്തിന്റെ ചിപ്പിക്കുള്ളിൽ
> എനിക്കെന്നും ജീവിക്കാൻ കഴിഞ്ഞെങ്കിൽ, ഈശ്വരാ.

തൊട്ടാവാടിയായ ഈ നാട്ടുമ്പുറത്തുകാരി കല്യാണം കഴിയുന്ന
തിനു മുമ്പ് സിഗരറ്റ് വലിച്ചിട്ടില്ല. മദ്യപിച്ചിട്ടില്ല. എന്നാൽ ഇന്നവൾ ഒരു
വിഷാദം പേറുന്ന നായികയാണ്. അതുകൊണ്ട് വിഷാദത്തിനുപറ്റിയ
പുരുഷ ബ്രാൻഡ് തന്നെ അവൾക്ക് നൽകാമെന്ന് നോവലിസ്റ്റ് തീരുമാനി
ച്ചതാവാം.
    സീതയിൽ അസ്തിത്വ അന്വേഷണം ആരംഭിക്കാൻ നോവലിസ്റ്റ്
തെരഞ്ഞെടുക്കുന്നത് ലൈംഗികതയാണ്. സുരേന്ദ്രനെ സീത വിലയി
രുത്തുന്നത് ഇങ്ങനെയാണ്:

> അയാളെ വീണ്ടും ഒന്നും കാണണം. ആ മുഖത്തെ റാക്കിന്റെ
> മണം ശ്വസിക്കണം.... മേൽവിലാസം അറിയുമെങ്കിൽ അവൾ
> നേരത്തേ അയാളുടെ വീട്ടിലേക്ക് കയറിച്ചെല്ലുമായിരുന്നില്ലേ.

താൻ ഒരിക്കൽക്കൂടി ബലാത്സംഗത്തിന് വിധേയയാവാനുള്ള
ആഗ്രഹം ആണ് അവൾ ഇതിലൂടെ വെളിവാക്കുന്നത്. തന്റെ ഭർത്താവ്

ഗർഭനിരോധനഗുളികകൾകൊണ്ട് തന്നെ സമീപിച്ചപ്പോൾപ്പോലും അവൾ
ക്ക് മനസിൽ തന്റെ പുരുഷനെക്കുറിച്ചുള്ള ബോധം പൂരിപ്പിക്കാൻ കഴി
ഞ്ഞില്ല. അവൾക്ക് കാർന്നുതിന്നുന്നവന്റെ വീര്യവും റാക്കിന്റെ മണവു
മായിരുന്നു വേണ്ടത്. അതുകൊണ്ടുതന്നെ അവൾക്ക് ഭർത്താവിനോട്
അനുകമ്പയായിരുന്നു ഉള്ളത്.

അവൾക്ക് അയാളോട് അനുകമ്പ തോന്നി. അയാൾക്ക് വഴിതെറ്റി
യിരിക്കുന്നു. ഈ വീട്ടിലായിരുന്നില്ല വരേണ്ടിയിരുന്നത്. ഈനാ
ട്ടിൽ മറ്റെത്രയോ പെണ്ണുങ്ങൾ ഉണ്ട്. താൻ അയാൾക്ക് വേണ്ടി
യല്ല ജന്മംകൊണ്ടതെന്ന് ആ നിമിഷത്തിൽ അവൾ മനസിലാക്കി.

എന്നാൽ, സുരേന്ദ്രനോടുള്ള അവളുടെ നിലപാട് എന്തായിരുന്നു?

സുരേന്ദ്രനോട് തോന്നിയ വികാരത്തെ പ്രേമമെന്ന് വിളിക്കാൻ
അവൾക്ക് കഴിവില്ല. പ്രേമത്തിൽ അവൾക്ക് വിശ്വാസമില്ല. ഉചിത
മായ ഒരു വാക്കിനുവേണ്ടി അവൾ അറിയാവുന്ന പദാവലി മുഴുവൻ
പരതി. അവസാനം ആരാധന എന്ന പദമാണ് അവൾ സ്വീകരിച്ചത്.
ഉള്ളം കൈയിലും തലയിണയിന്മേലും മഷിയിൽ വലുതായി എഴു
തിവച്ചു. ആരാധന.

സഹതാപത്തിൽനിന്നും ഉടലെടുക്കുന്ന ലൈംഗികതയും ആരാധ
നയിൽനിന്നും ഉടലെടുക്കുന്ന ലൈംഗികതയും വ്യത്യസ്തമാണ്. ഇതിൽ
ആത്യന്തികമായി സ്ത്രീയിൽ വിജയിക്കുന്നത് രണ്ടാമത്തേതാണെന്ന്
സീതയുടെ അസ്തിത്വാന്വേഷണത്തോടെ വ്യക്തമാകുന്നു. അതു
കൊണ്ടാണ്, അവൾക്ക് ഗർഭനിരോധന ഗുളികകൾ നൽകുന്ന ഭർത്താ
വിനേക്കാൾ ക്രൗര്യത്തിന്റെ പേശീബലമുള്ള സുരേന്ദ്രന് മുഴുവനായി
കീഴടങ്ങാൻ കാരണം. ഈ സങ്കൽപ്പവും സ്ത്രീ സ്വത്വനിർമാണത്തിൽ
പുരുഷൻ സ്ത്രീക്ക് സംഭാവന നൽകിയതുതന്നെയാണ്.

സീത എന്ന നോവൽ സീതയുടെ അസ്തിത്വാന്വേഷണമാണെന്ന
വിലയിരുത്തലിൽ എത്തുന്നതിനുമുമ്പ് നോവലിൽ അവസാനം കൊടു
ത്തിരിക്കുന്ന വാചകം ശ്രദ്ധിക്കുക:

അടുത്തനിമിഷം അയാൾ നിരത്തിലായിരുന്നു. വിദൂരമായ നഗര
ത്തിലേക്കുള്ള വണ്ടി ആരരയ്ക്കാണെന്നോർത്ത് അയാൾ ധൃതി
യിൽ നടന്നു. വണ്ടി തെറ്റരുത്. എല്ലാം നഷ്ടപ്പെട്ട് അബോധാവ
സ്ഥയിൽ കിടക്കുന്ന സീതയെക്കുറിച്ച് അയാൾ ചിന്തിച്ചതേയില്ല.
സൂര്യവെളിച്ചവും മഴയുമെന്നപോലെ സീതയും അയാളുടെ
അസ്തിത്വത്തിന് വളം മാത്രമായിരുന്നു.

ഈ പ്രസ്താവന കാണിക്കുന്നത് പുരുഷന്റെ വിജയം തന്നെയാ
ണ്. ഇവിടെ ആത്യന്തികമായി വിജയിക്കുന്നത് പുരുഷനാണ്. സീതയ്ക്ക്

തന്റെ ജീവിതം സുരേന്ദ്രനായിരുന്നു. സുരേന്ദ്രനാകട്ടെ സീതയോട് അവ
ളുടെ പ്രണയാഭ്യർഥന കേട്ടശേഷം ഇങ്ങനെയാണ് പ്രതികരിച്ചത്:

ഭ്രാന്ത് പറയാതിരിക്ക്. ഞാൻ പറയുന്നത് അനുസരിക്ക്. മറ്റുള്ള
വർ ഉണരുമ്പോഴേക്ക് വീട്ടിൽ തിരിച്ചെത്താൻ നോക്ക്. പിന്നെ
നാളെ നീയെനിക്ക് കുറച്ച് പണം തരണം. ഒരഞ്ഞൂറുറുപ്പിക കൂടി.
ഞാനെങ്ങോട്ടെങ്കിലും പൊയ്ക്കൊള്ളാം.

സീതയെ അവസാനമായി ലൈംഗികമായി ബന്ധപ്പെട്ടിട്ട് അവളെ
അവിടെതന്നെ ഉപേക്ഷിച്ച് സുരേന്ദ്രൻ റെയിൽവേ സ്റ്റേഷനിലേക്ക് പായു
ന്നു. ഉപേക്ഷിക്കപ്പെട്ടവൾ സ്ത്രീയും പലായനം ചെയ്യേണ്ടവൻ പുരുഷ
നുമാണ്. പുരുഷനെ കാത്ത് വർഷങ്ങൾ കാത്തിരിക്കുന്ന നായികയെ
നമ്മുടെ സാഹിത്യത്തിൽ കാണുന്നത് പുതുമയല്ല. എന്നാൽ സ്ത്രീയെ
കാത്ത് വർഷങ്ങൾ കാത്തിരിക്കുന്ന പുരുഷൻ ദുർബലനും പരിഹാസ്യ
നുമായിത്തീർന്നിരിക്കുന്നു. ഇത് സംസ്കാരം വിതറിയ ഒരു അലിഖിത
നിയമമമാണ്. പുരുഷൻ വിതറിയ ഒരു അലിഖിതനിയമം.

ചുരുക്കത്തിൽ, സീത ഒരു സ്ത്രീവാദ നോവലല്ല. മറിച്ച്, പുരുഷന്റെ
അസ്തിത്വങ്ങൾ പുരുഷനിൽനിന്ന് സ്ത്രീയിൽ ആരോപിച്ച് അതിന്
സ്ത്രീയുടെ അസ്തിത്വാന്വേഷണമെന്ന് പേര് നൽകുകയാണ് ചെയ്യു
ന്നത്.

ആവിലായിലെ സൂര്യോദയം, രാവും പകലും, നഗ്നനായ തമ്പു രാൻ:

ആവിലായിലെ സൂര്യോദയം, രാവും പകലും, നഗ്നനായ തമ്പുരാൻ
എന്നീ കൃതികൾ ആധുനികതാവാദ കർത്തൃത്വങ്ങളെ പ്രതിനിധീകരി
ക്കുന്ന കൃതികൾ അല്ല. അവ സ്വതന്ത്ര കൃതികൾ ആണ്. അതിനാൽ
അവ ഈ പ്രബന്ധത്തിന്റെ പഠനപരിധിയിൽപ്പെടുന്നതല്ലെന്ന നിഗമന
ത്തിൽ എത്തിച്ചേരുന്നു.

3

കോളനി–കോളനിയാനന്തര കർത്തൃത്വ പഠനങ്ങൾ

'**കോ**ളനി പഠന'ങ്ങളും 'കോളനിയാനന്തര പഠന'ങ്ങളും രണ്ടും രണ്ടാണ്. എന്നാൽ, രണ്ടിനും പിന്തുടർച്ചയുടെ ഒരു മാർഗമുണ്ട്. 'കോ ളനി പഠനം' സാമ്രാജ്യത്വ ശക്തികളെക്കുറിച്ചുള്ള പഠനമായിരുന്നു. അവ രുടെ (കോളനി മുതലാളിമാരുടെ) ഹുങ്കും പട്ടാളനിയമവും അധികാ രവും ആയിരുന്നു അവിടെ പഠനവിഷയം. എന്നാൽ, കോളനിയാനന്തര പഠനം കോളനി കർത്തൃത്വത്തെ കേന്ദ്രീകരിച്ചുകൊണ്ടുള്ള പഠനമായി രുന്നു. അവിടെ ലിംഗം, വർഗം, നിറം, വംശം, ദേശം എന്നിവ പഠന ത്തിന്റെ പരിധിയിൽ വന്നു. കോളനി ദേശങ്ങളിൽത്തന്നെ സ്വാതന്ത്ര്യാ നന്തരം മുകളിൽക്കൊടുത്തിരിക്കുന്ന അയിത്തങ്ങൾ നിലവിൽ നിന്ന തായി കോളനിയാനന്തര പഠനം വ്യക്തമാക്കുന്നു. ഇങ്ങനെ ഇവ രണ്ടും വിഭിന്നങ്ങളാണെങ്കിലും അവ പരസ്പരം കൊടുക്കൽ വാങ്ങലുകൾ നട ത്തുന്നുണ്ട്.

20–ാം നൂറ്റാണ്ടിന്റെ ആദ്യപാദങ്ങൾവരെ 84.6% രാജ്യങ്ങൾ കോളനി രാജ്യങ്ങളായിരുന്നതായി ആനിയ ലൂംബ വിശദമാക്കുന്നു. കോളനിയ ല്ലാത്ത രാജ്യങ്ങൾ അറേബ്യ, പേർഷ്യ, അഫ്ഗാനിസ്ഥാൻ, മംഗോളിയ, ടിബറ്റ്, ചൈന, ജപ്പാൻ എന്നീ നാടുകൾ ആയിരുന്നതായി കാണാം എന്നും അവർ പറയുന്നു. ആദ്യകാല കോളനി രാജാക്കന്മാർ യൂറോപ്യൻ രാജ്യങ്ങളായ ബ്രിട്ടൺ, പോർച്ചുഗൽ, സ്പെയിൻ, ഡച്ച്, ഫ്രാൻസ് എന്നി വയായിരുന്നു. എന്നാൽ രണ്ടാം ലോകമഹായുദ്ധത്തിനുശേഷം കോളനി മേധാവികൾ എന്ന പദവി അമേരിക്ക, ഫ്രാൻസ്, ബ്രിട്ടൺ എന്നീ രാജ്യ ങ്ങൾ പകുത്തെടുത്തു. ഈ ഘട്ടത്തിൽ ഒരു ചോദ്യം ഉയർന്നുവരാം. അമേരിക്ക ഒരു കോളനി രാജ്യമായിരുന്നില്ലേ? പിന്നെ എങ്ങനെ അത്

കോളനി മേധാവികൾ ആയി? തീർച്ചയായും, ബ്രിട്ടന്റെ കോളനി രാജ്യ മായിരുന്നു അമേരിക്ക. എന്നാൽ, സ്വാതന്ത്ര്യാനന്തരം ആയുധകച്ചവട ത്തിലൂടെ ഇന്നത്തെ കോളനി മേധാവികൾ ആയി അമേരിക്ക വളർന്നു. അതുകൊണ്ട് രണ്ടാം ലോകമഹായുദ്ധത്തിനുശേഷവും അവയ്ക്ക് മുമ്പും കോളനി മേധാവികൾ എന്ന വിശേഷണം വ്യത്യസ്തമാണ്. 'കോളനി പഠന'ങ്ങൾ രണ്ടാംലോക മഹായുദ്ധത്തിനുമുമ്പും, 'കോളനിയാനന്തര പഠന'ങ്ങൾ രണ്ടാംലോക മഹായുദ്ധത്തിനു ശേഷമുള്ള ഭൗതിക പ്രത്യയ ശാസ്ത്രപരിസരങ്ങളെ സംബോധന ചെയ്യുന്നു.

കോളനി പഠനങ്ങൾ ഭൂപടഗ്രാഫുകളിലേക്കാണ് ശ്രദ്ധ കേന്ദ്രീക രിച്ച് പഠിക്കുന്നത്. എന്നാൽ, കോളനിയാനന്തരപഠനങ്ങൾ അവയെ സ്വാം ശീകരിക്കുകയും കോളനിരാജ്യങ്ങളെ നയിക്കുന്ന പ്രത്യയശാസ്ത്രങ്ങളി ലേക്ക് എത്തിനോക്കുകയും ചെയ്യുന്നു. വിവിധതരം പ്രത്യയശാസ്ത്ര ങ്ങൾ ആണ് വിവിധ കോളനി രാജ്യങ്ങളെ ഭരിക്കുന്നതെന്ന് ഈ ഘട്ട ത്തിൽ കോളനിയാനന്തര പഠനം തിരിച്ചറിയുന്നു. കോളനിയായിരുന്ന രാജ്യം ഇന്ന് മോചിപ്പിക്കപ്പെട്ടിട്ടുണ്ടെങ്കിലും ആ രാജ്യങ്ങളിൽ ഇന്നും കോളനിയുടെ പ്രത്യയശാസ്ത്രങ്ങൾ നിലനിൽക്കുന്നതായി കോളനിയാ നന്തര പഠനങ്ങൾ വിലയിരുത്തുന്നു. കോളനിപഠനങ്ങൾ കോളനി രാജ്യ ങ്ങളിലെ സാമ്പത്തിക കാര്യങ്ങളെക്കുറിച്ചാണ് കൂടുതൽ ശ്രദ്ധയോടെ പഠിച്ചത്. എന്നാൽ, കോളനിയാനന്തരപഠനം കോളനിരാജ്യങ്ങളുടെ പ്രത്യയശാസ്ത്രങ്ങളെക്കുറിച്ചാണ് കൂടുതൽ പഠിക്കുന്നതെന്ന് ടെറി ഈഗിൾട്ടൺ വിശദീകരിക്കുന്നു.

ഇനി 'കൊളോണിയലിസം' എന്ന പദത്തിന്റെ ഉൽപ്പത്തിയെക്കു റിച്ച് പഠിക്കാം. കൊളോണിയലിസം എന്ന പദം റോമൻ പദത്തിൽനിന്ന് ഉത്ഭവിച്ചതാണ്. 'കൊളോണിയ' എന്നായിരുന്നു അവർ അതിനെ വിളി ച്ചത്. അതിന്റെ അർഥം റോമാക്കാർ അന്യദേശത്ത് സ്ഥിരതാമസം ഉറ പ്പിച്ചുവെന്നും പക്ഷേ, അത് അവരുടെ രാജ്യം അല്ലാ എന്നുള്ളതുമാണ്. പിന്നീട്, അവരുടെ പിൻതലമുറക്കാർ അവിടെ പാർക്കുകയും അവർ സ്വന്തം നാടായി റോമിനെ കാണുകയും ചെയ്തു. ഇതാണ് ഓക്സ ഫോർഡ് ഇംഗ്ലീഷ് ഡിക്ഷണറി നൽകുന്ന ഏറ്റവും നല്ല അർഥം. പിന്നീട് യുദ്ധ ആവശ്യം, വ്യാപാരം, അടിമത്തം എന്നീ പദങ്ങളും ആ വാക്കി നോട് ചേർന്നുവരികയായിരുന്നുവെന്ന് ഡിക്ഷണറി സമർഥിക്കുന്നു. അങ്ങനെ 'കൊളോണിയലിസം' എന്ന വാക്കിന് അന്യരാജ്യത്തെ ജന ങ്ങൾ, അവരുടെ ചരക്കുകൾ എന്നിവ നിയന്ത്രിക്കുന്ന സമൂഹം എന്ന അർഥം കൈവന്നു.

ആദ്യമായി, കൊളോണിയലിസത്തിന് അതിന്റെ ഇന്നത്തെ അർഥം കൈവരുന്നത് യൂറോപ്യന്മാരുടെ ആഫ്രിക്കൻ, അമേരിക്കൻ, ഏഷ്യൻ രാജ്യങ്ങളിൽ നടത്തിയ കോളനിവൽക്കരണ ഭരണരീതിയാണ്. പ്രധാന മായും സാമ്പത്തികചൂഷണം ആയിരുന്നു കൊളോണിയലിസത്തിന്റെ

മുഖമുദ്ര. അടിമത്തം കൂടി ഉടലെടുത്തപ്പോൾ കൊളോണിയലിസത്തിന് ഇന്നു കാണുന്ന അർഥം കൈവന്നു എന്ന് മാർക്സിയൻ ചിന്തകന്മാർ വിലയിരുത്തുന്നു.

ഇനി കോളനിവൽക്കരണത്തിന്റെ രണ്ടാംഘട്ടമായ സാമ്രാജ്യത്വ ത്തെക്കുറിച്ച് പഠിക്കാം. യൂറോപ്പിൽ മുതലാളിത്തം ഉദയം ചെയ്തതിനു ശേഷമാണ് കൊളോണിയലിസം ഇന്നു കാണുന്ന നിലയിൽ ആയത് എന്ന് മാർക്സിയൻ ചിന്തകന്മാർ വിലയിരുത്തുന്നു. പിന്നീട്, സാമ്പത്തിക കാര്യത്തിനും നയതന്ത്രത്തിനും ഭരണത്തിനുംവേണ്ടി പട്ടാളത്തെ യൂറോപ്പ് കോളനി രാജ്യങ്ങളിൽ അയച്ചതോടെ സാമ്രാജ്യത്വത്തിന് ഉദയം ആയി. ഇവിടെ കോളനിരാജ്യങ്ങളോട് കോളനി മുതലാളിമാർ അധി കാരത്തിന്റെ ഭാഷ ഉപയോഗിക്കാൻ തുടങ്ങി. 20-ാം നൂറ്റാണ്ടിന്റെ ആദ്യ ത്തിൽ ലെനിൻ സാമ്രാജ്യത്വത്തിന് പുതിയ നിർവചനം നൽകി. മുത ലാളിത്തത്തിന്റെ പാരമ്യതയെ അദ്ദേഹം സാമ്രാജ്യത്വം എന്നു വിളിച്ചു. മുതലാളിത്ത രാജ്യങ്ങളുടെ കൂട്ടായ്മ 'ഫിനാൻസ് മുതലാളിത്ത'ത്തിന് ഉദയം നൽകി. ഇതിനെ സാമ്രാജ്യത്വം എന്നു വിളിക്കുന്നു. കോളനിക ളിൽ മൂലധനത്തിന് പ്രശ്നം ഉണ്ടായിരുന്നില്ല. എന്നാൽ, തൊഴിലെടു ക്കാനുള്ള തൊഴിലാളികൾ കുറവായിരുന്നു. ഇവിടെ സാമ്രാജ്യത്വം ഫിനാൻസ് മുതലാളിത്തത്തിലേക്ക് മാറുകയും തൊഴിലാളികളെ പര സ്പരം കൈമാറാൻ സാഹചര്യം ഒരുക്കുകയും ചെയ്തു. ഇതിൽനിന്നാ ണ് സാമ്രാജ്യത്വം ഉദയം ചെയ്തത് എന്ന് ലെനിൻ വിലയിരുത്തി. ഇത് സാമ്രാജ്യത്വപഠനങ്ങൾ (imperial study)ക്ക് പുതിയ വഴി തുറന്നു കൊടു ത്തു. ചുരുക്കത്തിൽ, കൊളോണിയലിസത്തിന്റെ രണ്ടാമത്തെ ഘട്ടമാണ് അല്ലെങ്കിൽ പടിയാണ് സാമ്രാജ്യത്വം.

ഇനി മൂന്നാം ഘട്ടം ആയ നിയോ-കൊളോണിയലിസത്തെക്കുറിച്ച് ചർച്ച ചെയ്യേണ്ടിയിരിക്കുന്നു. നേരിട്ടുള്ള കോളനിവാഴ്ച കോളനി രാജ്യ ത്തെ ജനങ്ങൾ അറിയാതെ നിർവഹിക്കുന്നതിനെയാണ് നിയോ-കൊ ളോണിയലിസം എന്നു പറയുന്നത്. ഇത് സാമ്രാജ്യത്വ മുതലാളിത്ത ത്തിന്റെ ഏറ്റവും പരിഷ്ക്കരിച്ച കോളനിവാഴ്ചയാണെന്ന് മാർക്സിയൻ ചിന്തകന്മാർ പറയുന്നു. ഈ ഘട്ടത്തിൽ സാമ്രാജ്യത്വം സാർവത്രിക മായി ലോകത്തെ മുഴുവൻ ഗ്രസിച്ചു. തൊഴിലാളികളുടെയും ഉൽപ്പന്ന സാമഗ്രികളുടെയും ലഭ്യത ഈ ഘട്ടത്തിൽ മുതലാളിത്തത്തിന് ആവ ശ്യത്തിലധികം ലഭിച്ചു. ഇതിനെ നിയോ-കൊളോണിയലിസം എന്നു വിളിക്കുന്നു. ചുരുക്കത്തിൽ, കൊളോണിയലിസത്തിന്റെ മൂന്നാം ഘട്ട ത്തെയാണ് നിയോ-കൊളോണിയലിസം എന്നുവിളിക്കുന്നത്.

ഇനി, കൊളോണിയലിസത്തിന്റെ അവസാനഘട്ടമായ പോസ്റ്റ്-കൊ ളോണിയലിസത്തിലേക്ക് എത്തിച്ചേരാം. പോസ്റ്റ്-കൊളോണിയലി സത്തെ 'കോളനിയാനന്തരപഠനം' എന്നുവിളിക്കുന്നു. പോസ്റ്റ്-കൊളോ ണിയലിസം പ്രത്യയശാസ്ത്രപരമായ ഭരണമാണ് കോളനി രാജ്യങ്ങ

ളിൽ നടത്തുന്നത്. 'പോസ്റ്റ്' എന്ന പദത്തിന്റെ അർഥംതന്നെ, സ്ഥിരത യില്ലാത്തതും പ്രത്യയശാസ്ത്രപരവും ആയതിനെ കുറിക്കുന്നു. സാമ്പ ത്തിക ഘടനയും പ്രത്യയശാസ്ത്രഘടനയും ഇവിടെ പരസ്പരം യോജിച്ച് പ്രവർത്തിക്കുന്നു. എന്നാൽ, പ്രത്യയശാസ്ത്രത്തിനാണ് കൂടു തൽ പ്രാധാന്യം എന്നുമാത്രം. നിറം, ലിംഗം, മതം, സംസ്കാരം, വർഗം എന്നിവ കോളനിയുടെ തിരിച്ചറിവുകളായി പ്രവർത്തിക്കുന്നു. അമേരിക്ക യും യൂറോപ്പും നിറം നോക്കിയാണ് കോളനിയാനന്തര പൗരന്മാരെ വേർ തിരിക്കുന്നത്. അതിനുശേഷം അവരെ പൊതുമണ്ഡലത്തിൽനിന്നും തുട ച്ചുനീക്കാൻ പ്രത്യയശാസ്ത്ര തന്ത്രങ്ങൾ മെനയുന്നു. ഇതാണ് പോസ്റ്റ്– കൊളോണിയലിസ (കോളനിയാനന്തരപഠന)ത്തെക്കുറിച്ച് പഠിക്കു മ്പോൾ അറിഞ്ഞിരിക്കേണ്ട പ്രാഥമികമായ വസ്തുതകൾ.

കോളനിയാനന്തര കർത്തൃത്വം

'കോളനി പൗരൻ' എന്ന പദത്തിന് 'അധമൻ' എന്ന് അർഥമില്ല. പക്ഷേ, പാശ്ചാത്യർ അങ്ങനെ കൽപ്പിച്ചു എന്ന് സെയ്ദ് വാദിക്കുന്നു. 'പൗരസ്ത്യൻ' എന്ന പദമാണ് കോളനിപൗരന് അദ്ദേഹം നൽകുന്നത്. പൗരസ്ത്യന് അവന്റേതായ ചരിത്രം ഉണ്ട്. എന്നാൽ, പാശ്ചാത്യർ പൗര സ്ത്യന്റെ ചരിത്രം നിർമിച്ചപ്പോൾ അവർ പൗരസ്ത്യന് 'അധമൻ' എന്ന നിർവചനം നൽകി. പൗരസ്ത്യന്റെ ചിന്തയും നിഗമനങ്ങളും പാശ്ചാ ത്യർ അടയാളപ്പെടുത്തിയപ്പോൾ ബോധപൂർവം അത് അധമന്റെ ചിന്ത യാണെന്ന് വരുത്തിത്തീർത്തു. അങ്ങനെ പൗരസ്ത്യൻ എന്ന വാക്കിന് പാശ്ചാത്യർ 'അധമൻ' എന്ന നിർവചനം നൽകി. അവ തീർത്തും പിന്തി രിപ്പൻ രീതിയായിരുന്നു. കിഴക്കന്മാ (പൗരസ്ത്യന്മാ)രുടെ സംസ്കാരം, ദേശീയത എന്നിവ അവർ വിലകുറച്ച് അടയാളപ്പെടുത്തി. ചുരുക്കത്തിൽ, പൗരസ്ത്യർ എന്ന പദം പാശ്ചാത്യന്മാരാൽ നിർമിക്കപ്പെട്ടതാണെന്ന് സെയ്ദ് പറയുന്നു. പാശ്ചാത്യനും പൗരസ്ത്യനും തമ്മിലുള്ള ബന്ധം അധികാരം, ആധിപത്യം എന്നിവ തമ്മിലുള്ള ബന്ധമായി മാറി. പാശ്ചാത്യർ പൗരസ്ത്യനുമേൽ അധികാരവും ആധിപത്യവും ചെലു ത്തുന്നു എന്നർഥം.

അക്കാദമി, പുസ്തകങ്ങൾ, ഫോറിൻ സർവീസ് ഇൻസ്റ്റിറ്റ്യൂട്ടുകൾ എന്നിവ പാശ്ചാത്യന്റെ ആധിപത്യത്തെയാണ് കാണിക്കുന്നത്. അവ പഠി ക്കുന്നത് യൂറോപ്യൻ കണ്ടുപിടുത്തങ്ങളും അമേരിക്കൻ കണ്ടുപിടുത്ത ങ്ങളും, ഇംഗ്ലീഷ് ഭാഷയുടെ ഔന്നത്യവുമാണ്. കിഴക്കന്മാർക്ക് സ്വന്തം അറിവും വിജ്ഞാനവും ഉണ്ടെന്നിരിക്കേ അവയെ സ്വീകരിക്കാതെ പാശ്ചാത്യന്റെ അറിവുകളെയാണ് നാം പഠിക്കുന്നത്. കിഴക്കന്മാരുടെ അറിവുകൾ വാമൊഴിയിലൂടെ വളർന്നവയാണ്. അവ അടയാളപ്പെടുത്തേ ണ്ടതിന്റെ ആവശ്യം നവ–ചരിത്രവാദ ഉദ്ഘാടകനായ മിഷേൽ ഫൂക്കോ പറഞ്ഞത് ഇവിടെ സെയ്ദ് ഓർക്കുന്നു. ചുരുക്കത്തിൽ, പൗരസ്ത്യവാദം

ഒരു നവ-ചരിത്രവാദമാണ്. അമേരിക്കയും യൂറോപ്പും പഠിപ്പിച്ചുതരുന്ന കള്ളങ്ങൾ പൗരസ്ത്യർ ശരിയാണെന്നു കരുതി പഠിക്കുന്ന അവസ്ഥ യിൽനിന്നുള്ള മോചനം. ഇംഗ്ലീഷ് പഠനംതന്നെ ഒരുതരത്തിൽ ഭാഷയുടെ ആധിപത്യവും സംസ്കാരത്തിന്റെ ആധിപത്യവുമാണ്. ഇംഗ്ലീഷിൽ എഴു തിയാലേ എല്ലാം സത്യമാവൂ എന്ന് വിശ്വസിച്ചുപോരുന്ന ഒരു കാലഘട്ട ത്തിലാണ് നാം ജീവിക്കുന്നത്. ഇത് ഒരുതരം അടിമത്തമാണെന്ന് പൗര സ്ത്യൻ തിരിച്ചറിയണമെന്ന് സെയ്ദ് വാദിക്കുന്നു.

പാശ്ചാത്യന്റെ 'സാംസ്കാരിക ആധിപത്യം' പൗരസ്ത്യനെ ഭരി ക്കുന്നതായി എഡ്വേഡ് സെയ്ദ് വിലയിരുത്തുന്നു. പാശ്ചാത്യന്റെ സംസ്കാരത്തെ അനുകരിക്കുന്ന യന്ത്രപ്പാവകളായി പൗരസ്ത്യൻ തരം താണു. ഇത് കറുപ്പിനുനേരെ വെളുപ്പ് നേടിയ ഒരു വിജയം ആണ്. സംസ്കാരം പൗരസ്ത്യന് അന്യമല്ല. അവന് അവൻ നിർമിച്ചതായ ഒരു സംസ്കാരമുണ്ട്. ആ സംസ്കാരം സ്വയം ശ്രേഷ്ഠമാണ്. എന്നാൽ, അവന്റെ അറിവുകൾ, വൈദ്യരീതികൾ, വിദ്യാഭ്യാസരീതികൾ, കുടുംബ കെട്ടുപാടുകൾ എന്നിവ അധമത്തരം നിറഞ്ഞതാണെന്ന് അവൻതന്നെ വിശ്വസിക്കുന്നു. ഇത് പാശ്ചാത്യ സംസ്കാരവുമായി താരതമ്യം ചെയ്തു കൊണ്ട് സംഭവിച്ചുപോയ പാകപ്പിഴയാണ്. എന്തായാലും ഇന്ന് പൗര സ്ത്യൻ സ്വന്തം അറിവുകളെയും സംസ്കാരത്തെയും പുച്ഛിക്കുന്നു. എന്നിട്ട് പാശ്ചാത്യന്റെ സംസ്കാരത്തിനു പിറകേ പേപിടിച്ച പട്ടിയെ പ്പോലെ അലയുന്നു. ഇത് തിരിച്ചറിഞ്ഞാലേ പൗരസ്ത്യന് അവന്റെ ഉള്ളി ലുള്ള അപകർഷതയിൽനിന്ന് കരകയറാൻ കഴിയൂ എന്ന് എഡ്വേഡ് സെയ്ദ് വാദിക്കുന്നു.

ഇവിടെ, ഗ്രാംഷിയെ പിൻപറ്റി പൗരസ്ത്യവാദത്തെ എഡ്വേഡ് സെയ്ദ് ഇങ്ങനെ വിലയിരുത്തുന്നു. "എല്ലാ അറിവുകളും രാഷ്ട്രീയ അറിവുകൾ ആണ്. അതിനുപിന്നിൽ ശക്തമായ പ്രത്യയശാസ്ത്രം പ്രവർ ത്തിക്കുന്നു. അത് രാഷ്ട്രീയവും സാമ്പത്തികവും സാംസ്കാരികവും ആയിരിക്കാം. പക്ഷേ, പ്രത്യക്ഷത്തിൽ അത് രാഷ്ട്രീയപരമായിരിക്കു കയില്ല. എന്നാൽ, പരോക്ഷമായി അത് രാഷ്ട്രീയത്തെ സംബോധന ചെയ്യുന്നു. പ്രത്യക്ഷവും പരോക്ഷവുമായി പ്രവർത്തിക്കുന്ന ഇത്തരം അറിവുകൾക്ക് അതിന്റേതായ സൗന്ദര്യശാസ്ത്രവും സാമ്പത്തികഘടന ന്യും സാമൂഹ്യഘടനയും ദർശനവും ഉണ്ടായിരിക്കും. ഇത് തിരിച്ചറിയുക യാവും പൗരസ്ത്യവാദത്തിന്റെ ലക്ഷ്യം.

'പൗരസ്ത്യവാദം' ഒരു സംസ്കാരപഠനമാണെന്ന് സെയ്ദ് പറയു ന്നു. സംസ്കാരപഠനം എന്നാൽ പാഠാന്തരത്വ (intertexuality) സ്വഭാവ മുള്ള സംസ്കാരപഠനം. മറ്റൊരർഥത്തിൽ, സംസ്കാരം ലോകത്തിലെ മറ്റെല്ലാ ധൈവജ്ഞാനിക മേഖലയുമായി ബന്ധിപ്പിച്ച് പഠിക്കുന്ന രീതി യാണ് ഇത്. പൗരസ്ത്യവാദത്തിന് 'പാഠ'ത്തിന്റെ സ്വഭാവമാണ് ഉള്ളത്.

ഒരു പാഠം മറ്റുപല പാഠങ്ങളുമായി കൊടുക്കൽ വാങ്ങൽ നടത്തിക്കൊ
ണ്ടുള്ള പഠനം ആണ് ഇവിടെ ഉദ്ദേശിക്കുന്നത്.

മയ്യഴിപ്പുഴയുടെ തീരങ്ങളിൽ

ഓരോ നാടിനും ചരിത്രമുണ്ട്. ഓരോ നാടിനും അവരവരുടേതായ
കഥകളുമുണ്ട്. മുകുന്ദൻ സൃഷ്ടിച്ച മയ്യഴി മുകുന്ദന്റെ മയ്യഴിയാണ്.
കണ്ടതും കേട്ടതും അനുഭവിച്ചറിഞ്ഞതുമായ ഒട്ടേറെ പ്രാദേശികചരിത്ര
ങ്ങൾ മയ്യഴിയുടെ ചരിത്രനിർമാണത്തിന് അദ്ദേഹത്തിന് പ്രചോദനമായി.
പ്രകൃതിയോട് ഇണങ്ങി ജീവിക്കുന്ന മനുഷ്യന് പ്രകൃതിതന്നെ സംസ്കാ
രത്തിന്റെ വിത്തുകൾ നൽകുന്നു. പുഴകളും നദികളും അങ്ങനെ നമ്മുടെ
സംസ്കാരത്തിന്റെ ഭാഗമായി. സിന്ധു നദീതടം നൽകിയ ഭാരതീയ
സംസ്കാരം നദിയുമായുള്ള നമ്മുടെ സംസ്കാരത്തിന്റെ വേരുകളാണ്
കാണിക്കുന്നത്. എം ടിക്ക് ഭാരതപ്പുഴപോലെ മുകുന്ദന് പ്രിയതരമായത്
മറ്റൊരു ജലാശയമാണ്. അത് മയ്യഴിപ്പുഴയാണ്. ഒരു പുഴയിൽ ഒരിക്കൽ
മാത്രം കുളിക്കാൻ കഴിയുമ്പോൾ ഒന്നിലധികം സംസ്കാരങ്ങളെ അവ
യ്ക്ക് സാക്ഷ്യംവഹിക്കാൻ കഴിയും. മുകുന്ദൻ സൃഷ്ടിച്ചത് മയ്യഴിപ്പുഴ
യുടെ ഒരു ചരിത്രമാണ്. ആ ചരിത്രമാകട്ടെ വ്യത്യസ്തങ്ങളായ സംസ്കാ
രങ്ങളുടെ കുമ്പാരവും.

ആലാഹയുടെ പെൺമക്കളിലെ മറിയച്ചേടത്തിയെപ്പോലെ *മയ്യഴി
പ്പുഴയുടെ തീരങ്ങളിലെ* കുറുമ്പിയമ്മയെപ്പോലെ എല്ലാ ദേശത്തും ഒരു
മുത്തശ്ശി കാണും. ഐതീഹ്യങ്ങളുടെ ചുരുളഴിയിക്കുന്ന ഈ മുത്തശ്ശി
മാർക്ക് മരണമില്ല. ആശ്ചര്യമുണർത്തുന്ന കണ്ണുകളുമായി ആ കഥകൾ
കേൾക്കാൻ എന്നും കുട്ടികളും ഉണ്ടാകും. കഥ കേട്ടാലും കേട്ടാലും
മതിവരില്ല. മനുഷ്യന്റെ ഈ തൃഷ്ണ മുതിർന്നാലും അവനെ/അവളെ
വിട്ട് മാറില്ല. കുട്ടിക്കാലം കേൾവിക്ക് പ്രാധാന്യം നൽകുമ്പോൾ മുതിർന്ന
തലമുറ കണ്ണുകൾക്ക് പ്രാധാന്യം നൽകുന്നു. ഭാഷണത്തിൽനിന്നും ഭാഷ
യിലേക്കുള്ള വളർച്ച എന്നു വേണമെങ്കിൽ ഇതിനെ പറയാം. പഞ്ചേന്ദ്രിയ
ങ്ങളിൽ പ്രധാനമായ കണ്ണുകളിൽക്കൂടി ലോകത്തെ അറിയുമ്പോൾ
അവന്റെ അനുഭവമണ്ഡലം വികസിക്കുന്നു. ഈ അനുഭവങ്ങൾ ഐതീ
ഹ്യങ്ങളിൽ പല പാഠഭേദങ്ങൾ സൃഷ്ടിക്കുന്നു.

വളരുമ്പോൾ ഐതീഹ്യങ്ങളോടുള്ള മനുഷ്യന്റെ അകൽച്ച സ്വാ
ഭാവികമാണ്. ഇതിന് കാരണം ആ കഥകളിലെ അയുക്തികതയാണ്.
ദാസൻ കുട്ടിക്കാലത്തുകേട്ട വൈസ്രണൻ ചെട്ടിയാരുടെ കഥ ഇതിനു
ദാഹരണമാണ്. ദാസൻ കുട്ടിയായിരുന്നപ്പോൾ അവൻ ആ കഥ സത്യ
മാണെന്ന് വിശ്വസിച്ചു. എന്നാൽ, മുതിർന്നപ്പോൾ സർപ്പമായി മാറിയ
വൈസ്രണൻ ചെട്ടിയാർ വെറുമൊരു സാങ്കൽപ്പിക കഥാപാത്രം മാത്ര
മായി ദാസനിൽ അടിഞ്ഞു.

ഇപ്പോൾ ദാസൻ കുട്ടിയല്ല. കഥകളുടെയും ഐതീഹ്യങ്ങളുടെയും ലോകത്തിൽനിന്ന് അവൻ അകലുകയാണ്.

സർപ്പമായി മാറുന്ന ചെട്ടിയാർ പുനർജന്മത്തിൽ കുഞ്ഞിമാണിക്ക ത്തിൽ സംതൃപ്തി നേടുന്നു. പുനർജന്മവും സർപ്പത്തിന്റെ മനുഷ്യനു മേലുള്ള ലൈംഗികതൃഷ്ണയും യുക്തിക്ക് നിരക്കാത്തതാണ്. അത് ഉന്ന തവിദ്യാഭ്യാസം ലഭിച്ച ദാസന് ഉൾക്കൊള്ളാൻ കഴിഞ്ഞില്ല. വെള്ളക്കാ രന്റെ ചരിത്രബോധം യുക്തിക്കും തെളിവുകൾക്കും പ്രാധാന്യം നൽകു ന്നതായിരുന്നു. വെള്ളക്കാരന്റെ ചരിത്രബോധം ഉൾക്കൊണ്ട ദാസന് ആ കഥകൾ തള്ളിക്കളയേണ്ടതാണെന്ന് തോന്നിയതിൽ അത്ഭുതമില്ല. വസൂ രിയെപ്പറ്റിയുള്ള കുറുമ്പിയമ്മയുടെയും ദാസന്റെയും വിശ്വാസങ്ങൾ ഇതിന് ഉദാഹരണമാണ്.

കുറുമ്പിയമ്മ ഒരു തൊട്ടിയിൽ ചാണകം കലക്കി ചവിട്ടുകല്ലിനരി കിൽ കൊണ്ടുവന്നു വച്ചു. അങ്ങനെ ചെയ്താൽ വസൂരി വരില്ലെ ന്നാണ് വിശ്വാസം.

ഗിരിജ സ്കൂളിൽനിന്ന് വന്ന് "അമ്മേ വിശക്കുന്നു" എന്ന് ഉച്ചത്തിൽ വിളിച്ചപ്പോൾ കുറുമ്പിയമ്മ അവളെ ശാസിക്കുന്നു. അതിനുകാരണം കുറുമ്പിയമ്മ പറയുന്നു.

നട്ടുച്ചയ്ക്ക് ഉച്ചത്തിൽ അമ്മേ എന്നു വിളിക്കരുത്. വിളിച്ചാൽ വിളി കേട്ട് വസൂരി വരും.

കുറുമ്പിയമ്മയുടെ ഈ പ്രാദേശിക വിശ്വാസത്തെ ദാസൻ എങ്ങനെ കാണുന്നുവെന്നത് ശ്രദ്ധേയമാണ്.

ഇതുകേട്ട് ദാസൻ ഉള്ളിൽ ചിരിച്ചു. കൊടുങ്ങല്ലൂരമ്മയല്ല വൈറ സാണ് വസൂരി കൊണ്ടുവരുന്നത്.

ഇവിടെ പ്രാദേശിക വിശ്വാസത്തെ വെള്ളക്കാരന്റെ ശാസ്ത്രവി ജ്ഞാനം തലകീഴ് മറിക്കുന്നതായാണ് കാണുന്നത്. മയ്യഴിയുടെ അപ രിഷ്കൃതവിശ്വാസത്തിന് പിന്നിലുള്ള യുക്തിയില്ലായ്മയാണ് ദാസന്റെ പരിഹാസവിഷയം.

എന്നാൽ ദാസൻ ഐതീഹ്യങ്ങളിൽനിന്ന് പൂർണമുക്തി നേടിയോ? ഈ ചോദ്യം പ്രസക്തമാണ്. കാരണം, വെള്ളക്കാരന്റെ ശാസ്ത്രബോധ ത്തെ ഐതീഹ്യങ്ങൾ തിരിച്ചുപിടിക്കുന്ന കാഴ്ചയാണ് നോവലിന്റെ അവ സാനത്തിൽ ദാസനിൽ കാണാൻ സാധിക്കുന്നത്. വെള്ളിയാങ്കല്ലിലെ തുമ്പികൾ മരിച്ചുപോയ ഓരോ മനുഷ്യന്റെയും ആത്മാക്കളാണെന്ന് ദാസൻ തിരിച്ചറിയുന്നു. വെള്ളക്കാരന്റെ പ്രതിനിധി (മൂപ്പൻ സായ്വ്)

നൽകിയ ജോലി സ്വീകരിക്കാതിരുന്നത് വെള്ളക്കാരൻ നൽകിയ വിജ്ഞാ
നത്തെ പരിത്യജിക്കുന്നതിന് തുല്യമായിരുന്നു. മയ്യഴി സ്വാതന്ത്ര്യം നേടി
യതോടെ വെള്ളക്കാർ തിരിച്ചുമടങ്ങി. വെള്ളക്കാരന്റെ സംസ്കാരം മണ്ണടി
ഞ്ഞതോടെ അവരുടെ ചരിത്രബോധങ്ങൾക്ക് മുകളിൽ ദാസൻ പ്രാദേ
ശികസംസ്കാരത്തെയും അതിന്റെ അറിവുകളെയും പുനഃസ്ഥാപിച്ചു.
വെള്ളിയാങ്കല്ലിൽ പറക്കുന്ന ഒരു തുമ്പി ചന്ദ്രികയായിരിക്കാം എന്ന
ബോധം ദാസനിൽ ഉണ്ടായത് മയ്യഴി മക്കളുടെ പ്രാദേശികവിജ്ഞാനം
നൽകിയ അറിവായിരുന്നു. അവസാനം ദാസനും അതിലൊരു തുമ്പി
യായി മാറുന്നു.

അവിടെ അപ്പോഴും ആത്മാവുകൾ തുമ്പികളായി പാറി നടക്കു
ന്നുണ്ടായിരുന്നു. ആ തുമ്പികളിലൊന്ന് ദാസനായിരുന്നു.

വെള്ളക്കാരന്റെ ശാസ്ത്രബോധത്തിനുമേൽ പ്രാദേശികവിജ്ഞാനം
നേടിയ വിജയമാണിത്. കോളനിയാനന്തര സമൂഹത്തിൽ പ്രാദേശിക
വിജ്ഞാനത്തോടുള്ള അനുകൂല മനോഭാവം കൂടിയാണ് ഇത് കാണി
ക്കുന്നത്.

കോളനിവൽക്കൃത മയ്യഴിയിൽ വെള്ളക്കാർ 'പ്രജ'കളിൽ സൃഷ്ടി
ച്ചത് കീഴാളത്ത ബോധമായിരുന്നു. ഫ്രാൻസിനെ ഒരു സ്വർഗമായി കരു
തുവാൻ പ്രേരിപ്പിച്ചുകൊണ്ടായിരുന്നു അവർ തങ്ങളുടെ പ്രത്യയ
ശാസ്ത്രം ഉറപ്പിച്ചത്. മയ്യഴിയിലേക്ക് മടങ്ങിവരുന്ന നാടൻ സായിപ്പുമാർ,
പണമോ പദവിയോ നേടിയെടുത്തു. കൾസ്രായിയും തൊപ്പിയും കുറു
മ്പിയമ്മയെപ്പോലെയുള്ള മയ്യഴിമക്കളും ആദരിച്ചു. കുതിരവണ്ടിയിൽ
സഞ്ചരിക്കുക അധികാരത്തിന്റെ ചിഹ്നമായി മാറ്റപ്പെട്ടു. ഫ്രെഞ്ച് സംസാ
രിക്കുക അഭിമാനത്തിന്റെ ചിഹ്നവും. പണ്ട് ലെസ്ലീ സായ്വ് സുഖമാണോ
എന്ന അർഥത്തിൽ 'സവാ' എന്നു ചോദിച്ചപ്പോൾ കാതുകളിലെ തക്ക
കൾ ആട്ടിക്കൊണ്ട് കുറുമ്പിയമ്മ പറയുമായിരുന്നു "ഊയി മോസ്യേ."
ഫ്രെഞ്ച് ഭാഷ പഠിച്ചവരെ സമൂഹത്തിന്റെ ഉന്നതങ്ങളിൽ അവരോധിക്കാൻ
സായ്വന്മാർ മടികാട്ടിയില്ല. ഇത് ഫ്രെഞ്ച് ഭാഷയോടുള്ള മയ്യഴിമക്കളുടെ
ആദരവിന് ആക്കംകൂട്ടി. അതുകൊണ്ടാണ് കുറുമ്പിയമ്മയ്ക്ക് "ഊയി
മോസ്യേ" എന്ന് മറുപടി പറഞ്ഞപ്പോൾ രോമാഞ്ചമുണ്ടായത്. മയ്യഴി
മക്കൾക്ക് ഫ്രെഞ്ച് ഭാഷയോട് തോന്നിയ ആദരവ് ദാസന് ഇല്ലായിരുന്നു.
മാത്രമല്ല, അവന്റെ പഠനം സ്ഥാനമാനങ്ങൾ മുന്നിൽ കണ്ടുകൊണ്ടുള്ള
തായിരുന്നില്ല. പാഠ്യപദ്ധതികൾക്കുപുറമേ മറ്റു പുസ്തകങ്ങളോടുള്ള
താൽപ്പര്യമാണ് അവനെ വ്യത്യസ്തനാക്കിയത്. പാഠ്യപദ്ധതികൾ അധി
കാരസ്ഥാപനങ്ങൾക്ക് (വെള്ളക്കാർക്ക്) അനുകൂലമാണെന്ന തിരിച്ചറിവ്
അതിന്റെ അനുപൂരകമായിരുന്നു. ഭാഷ സൃഷ്ടിക്കുന്നത് ഓരോ പുതിയ
സംസ്കാരമാണ്. ഫ്രെഞ്ച് ഭാഷ മയ്യഴിമക്കളിൽ സൃഷ്ടിച്ചത് കീഴാളത്ത
മായിരുന്നുവെങ്കിൽ ദാസനിൽ സ്വാതന്ത്ര്യബോധമാണ് അത് ഉണ്ടാക്കി

യത്. മയ്യഴിമക്കളുടെ മുഴുവൻ നേതാവാകാൻ ദാസന് കഴിയാതിരുന്നത് അവരിൽ അടിഞ്ഞുകൂടിയ കീഴാളത്തബോധമായിരുന്നു. ഇവിടെ അധികാരവും ഭാഷയും തമ്മിലുള്ള അലിഖിതബന്ധം വിശദീകരിക്കേണ്ടിയിരിക്കുന്നു. ദാസൻ ഉന്നത വിദ്യാഭ്യാസം പൂർത്തിയാക്കിയപ്പോൾ അയാൾ ഡോക്ടറോ മറ്റ് ഉന്നതപദവിയിലുള്ള ഉദ്യോഗസ്ഥനോ ആയിത്തീരുമെന്ന് മയ്യഴിമക്കൾ വിശ്വസിച്ചു. അതുകൊണ്ട്, ദാസൻ എല്ലാവരാലും ആദരിക്കപ്പെട്ടവനായി. എന്നാൽ, അധികാരത്തെ ഭാഷയിൽനിന്ന് വേർപെടുത്തിക്കൊണ്ട് ദാസൻ മറ്റൊരു പ്രത്യയശാസ്ത്രം നിർമിച്ചു. മയ്യഴിമക്കൾക്ക് സങ്കൽപ്പിക്കാൻ കഴിയുന്നതിലും അപ്പുറമുള്ള ഒരു പൊളിച്ചെഴുത്തായിരുന്നു. അതുകൊണ്ട് അധികാരമില്ലാത്ത ദാസന്റെ ഫ്രഞ്ച് ഭാഷാ പാണ്ഡിത്യം ആരും അംഗീകരിക്കാതെയായി. അവൻ സ്വാതന്ത്ര്യസമര പോരാളികളായ കമ്യൂണിസ്റ്റുകാർ ഒഴികെ ബാക്കിയുള്ള എല്ലാവരാലും വെറുക്കപ്പെട്ടു. അധികാരമില്ലാത്ത ഭാഷ നിർജീവമാണെന്ന അലിഖിത നിയമമാണ് ഇവിടെ വെളിവാകുന്നത്.

ഭാഷയും അധികാരവും തമ്മിലുള്ള ബന്ധംപോലെ പ്രധാനമാണ് നോവലിൽ രേഖപ്പെടുത്തിയിരിക്കുന്ന സമയവും ഭരണകൂടവും തമ്മിലുള്ള ബന്ധം. സമയബോധം നഷ്ടപ്പെടുത്തുക എന്നാൽ ഒരാളെ പൂർണമായും അന്ധനാക്കുക എന്നാണ് അർഥം. സ്ക്കിസോഫ്രേനിയ സമയബോധം നഷ്ടപ്പെട്ടവന്റെ മാനസികനിലയാണ് കാണിക്കുന്നത്. ഓരോരുത്തരും സ്വതന്ത്രരാകുന്നത് അവരവരുടേതായ പുതിയ സമയബോധം സൃഷ്ടിച്ചുകൊണ്ടാണ്. മലയാളി സ്വതന്ത്രമായത് 'മലയാള വർഷം' സൃഷ്ടിച്ചുകൊണ്ടായിരുന്നു. മലയാളി ഓണം ആഘോഷിക്കുന്നത് വെള്ളക്കാരന്റെ സമയബോധത്തിലല്ല; മറിച്ച് മലയാളിയുടെ സ്വന്തം സമയബോധത്തിലാണ്. എന്നാൽ, മയ്യഴിയിലെ പഴയ തലമുറയ്ക്ക് സ്വന്തമായ സമയബോധമില്ലായിരുന്നു. വെള്ളക്കാരാകട്ടെ മയ്യഴിമക്കളെ സമയബോധത്തിനിപ്പുറവും കുടുക്കി.

മറ്റൊരു തരത്തിൽ പറഞ്ഞാൽ, അവരെ ഭരണകൂടത്തിന്റെ ഇടപെടലിൽനിന്ന് പുറത്താക്കുകയും ഭരണകൂടത്തിലെ 'പ്രജ'യാക്കി ചുരുക്കുകയും ചെയ്തു. സമയബോധം നോവലിൽ ഘടികാരത്തിന്റെ രൂപത്തിലല്ല പ്രത്യക്ഷപ്പെടുന്നത്. പഴയ തലമുറയിൽപ്പെട്ട മയ്യഴി മക്കളുടെ സമയബോധം വെള്ളക്കാരന്റെ കുതിരക്കുളമ്പടിയും എണ്ണവിളക്കുമായിരുന്നു.

നേരം പന്ത്രണ്ടായി. കുഞ്ചക്കൻ കത്തിച്ചുവച്ച ചിമ്മിനി വിളക്കുകൾ കരിന്തിരികത്തി അണയാൻ തുടങ്ങി. മൂപ്പൻ സായ്‌വിന്റെ വിരുന്നുകഴിഞ്ഞ് കുതിരവണ്ടികൾ ഒന്നിനുപുറകെ മറ്റൊന്നായി നീങ്ങിപ്പോയി.

ഇവിടെ കുറുമ്പിയമ്മയും പഴയ തലമുറയിലെ മയ്യഴിമക്കളും രാത്രി

യിലെ സമയമറിഞ്ഞിരുന്നത് മൂപ്പൻ സായ്‌വിന്റെ ബംഗ്ലാവിൽനിന്ന് കുടിച്ച് ഉന്മത്തരായി മടങ്ങിപ്പോകുന്ന സങ്കരവർഗക്കാരുടെ കുതിരവണ്ടിയുടെ ശബ്ദവും മുനിസിപ്പൽ വിളക്കിന്റെ കരിന്തിരി കെട്ടണയുന്ന സമയവും നോക്കിയായിരുന്നു. കുറുമ്പിയമ്മയുടെയും മയ്യഴിമക്കളുടെയും ഈ സമ യരീതിയെ നോവലിന്റെ പലഭാഗത്തും മുകുന്ദൻ പ്രതിപാദിച്ചിട്ടുണ്ട്. മയ്യ ഴിമക്കൾ സ്വന്തം സമയബോധം ഹനിക്കുകയാണ് ഇതിലൂടെ ചെയ്തത്.

സ്വന്തം സമയബോധത്തെ നഷ്ടപ്പെടുത്തിയതിലൂടെ സ്വന്തം ഭര ണകൂടം നിർമിക്കാൻ പ്രാപ്തിയില്ലാതെ വരുമ്പോൾ അന്യന് കീഴ്പ്പെ ടുന്നത് സ്വാഭാവികം. ഈ കീഴാളത്ത മനോഭാവമാണ് സ്വാതന്ത്ര്യസമര പോരാളികളായ കമ്യൂണിസ്റ്റുകാരോട് അർഹമായത്ര അനുഭാവം കാട്ടാൻ മയ്യഴി മക്കൾക്ക് കഴിയാതിരുന്നത്. സ്വാതന്ത്ര്യം എന്ന വാക്കിന്റെ അർഥം പോലും അവർക്ക് അന്യമായിരുന്നു.

സ്വാതന്ത്ര്യാ? അതെന്താ മാഷേ? റൈറ്റർക്ക് മനസിലായില്ല. സ്വാത ന്ത്ര്യം എന്ന പദത്തിന്റെ അർഥംപോലും അയാൾക്ക് വ്യക്തമല്ല.

ഈ കീഴാള അടിയാളത്തത്തിൽനിന്ന് അവർക്ക് ഒരിക്കലും കരക യറാൻ കഴിയുന്നില്ല. അതുകൊണ്ടാണ് കുറുമ്പിയമ്മയും ഉണ്ണിനായരും കുഞ്ഞിച്ചിരുതയും കുഞ്ഞാണനും കുഞ്ചക്കനും ഫ്രഞ്ചുകാർ മടങ്ങിവ ന്നാലേ മയ്യഴി പഴയ മയ്യഴിയായി മാറൂ എന്ന് വിശ്വസിക്കുന്നത്. സമയ ബോധവും ഭരണകൂടവും തമ്മിലുള്ള ബന്ധത്തിന്റെ പ്രസക്തി മനസി ലാക്കാതെ വന്നതാണ് കുറുമ്പിയമ്മ ഉൾപ്പെട്ട മയ്യഴിമക്കളുടെ കീഴാള ത്തത്തിനു കാരണം. നേരെമറിച്ച്, ദാസൻ ഉൾപ്പെട്ട കമ്യൂണിസ്റ്റ് സ്വാത ന്ത്ര്യ പോരാളികൾ സമയം മുൻകൂട്ടി കണ്ടുകൊണ്ടായിരുന്നു പ്രവർത്തി ച്ചത്. ഇവിടെ ദാസന്റെ സമയബോധം എന്തായിരുന്നുവെന്ന് നോക്കാം.

ദാസൻ അകത്തേക്ക് കയറിച്ചെന്നു. തന്റെ നേരെ ഉയർന്ന രണ്ട് ജോഡി കണ്ണുകളിൽ എന്തുമാത്രം ആഹ്ലാദമാണ്! അച്ഛനെയും അമ്മയെയും ഇത്രമാത്രം സന്തോഷവാന്മാരായി എന്നെങ്കിലും കണ്ടിട്ടുണ്ടോ? പക്ഷേ, ഈ സന്തോഷത്തിന് അധികം ആയുസു ണ്ടാകില്ല. അവരുടെ വിലപിടിച്ച സന്തോഷം താൻ അവരിൽനിന്ന് പിടിച്ചെടുക്കും. പകരം, ഞാൻ നിങ്ങൾക്ക് കണ്ണുനീർ തരും. കുറേ പ്പേർ നശിക്കണം. മയ്യഴിയുടെ വിധിയാണത്. മറ്റുള്ളവരെ കരയി പ്പിക്കുന്നതിനേക്കാൾ ഭേദം സ്വന്തം അച്ഛനമ്മമാരെ കരയിപ്പിക്കു ന്നതാണ്. കാരണം അവരുടെ കണ്ണുനീർ തന്റേയും കണ്ണുനീരാണ്.

ഇവിടെ ദാസൻ പോണ്ടിച്ചേരിയിൽനിന്ന് ഉന്നതവിദ്യാഭ്യാസം കഴിഞ്ഞ് മടങ്ങിവന്ന സമയത്തെ വീട്ടുകാരുടെ പ്രതീക്ഷയും അത് നശി പ്പിച്ച് താൻ സ്വാതന്ത്ര്യസമരത്തിൽ പങ്കെടുക്കേണ്ടതിന്റെ ആവശ്യക

തയെപ്പറ്റിയുമാണ് പരാമർശിക്കുന്നത്. തന്റെ സമയം വർത്തമാനകാല
ത്തിലല്ല ഭാവികാലത്തിലാണെന്ന തിരിച്ചറിവാണ് ഈ തീരുമാനത്തിലെ
ത്താൻ ദാസനെ പ്രേരിപ്പിച്ചത്.

ഇത് ദാസന്റെമാത്രം സമയബോധമല്ല. കമ്മ്യൂണിസ്റ്റ് സ്വാതന്ത്ര്യസ
മര പോരാളികളായ കരുണന്റെയും കുഞ്ഞനന്തൻ മാസ്റ്ററുടെയും പപ്പ
ന്റെയും വാസൂട്ടിയുടെയും സമയബോധം കൂടിയാണ്. സ്വന്തം സമയ
ബോധം തിരിച്ചറിയുന്നതിലൂടെ അവർക്ക് സ്വാതന്ത്ര്യത്തിനുശേഷം ഒരു
ഭരണകൂടം നിർമിക്കാൻ പ്രയാസമുണ്ടാകില്ല. സമയബോധവും ഭരണ
കൂടവും തമ്മിലുള്ള മുറിച്ചുമാറ്റാൻ കഴിയാത്ത ബന്ധമാണ് ഇത് കാണി
ക്കുന്നത്.

പ്രാദേശിക ഭരണചരിത്രം വിവരിക്കുന്ന *മയ്യഴിപ്പുഴയുടെ തീരങ്ങ
ളിൽ* ലോകചരിത്രം വിസ്മരിക്കപ്പെടുന്നതായി കരുതുന്നതിൽ അർഥമി
ല്ല. ദാസൻ സ്കൂളിൽ പഠിക്കുമ്പോഴുണ്ടായിരുന്ന ദേശീയ–ദേശാന്തരച
രിത്രം ഇങ്ങനെ കുറിക്കാം.

"ലോകം കലങ്ങിമറിഞ്ഞുകൊണ്ടിരുന്നു. ഹിറ്റ്‌ലർ വെർസായ് ഉട
മ്പടി ലംഘിച്ചു. അങ്ങനെ മറ്റൊരു മഹായുദ്ധത്തിന്റെ തീജ്ജ്വാലകൾ പടരു
വാൻ തുടങ്ങി. ഇന്ത്യയിലാണെങ്കിൽ എങ്ങും കലാപങ്ങൾ. ഗാന്ധിജി
യുടെ നിസ്സഹകരണപ്രസ്ഥാനം കൊടുമ്പിരിക്കൊണ്ടു. വിനോബാഭാവെ
ജയിലിൽ. കോൺഗ്രസ് പാർട്ടിയിൽ എ സി ബോസിന്റെ നേതൃത്വത്തിൽ
ഇടതുപക്ഷം ശീതസമരം തുടരുകയാണ്. മയ്യഴിയിലും ദേശീയ പ്രസ്ഥാ
നത്തിന്റെ അലകൾ ഉയിർകൊണ്ടു. പഴയ യൂത്ത്‌ലീഗ് പിരിച്ചുവിടപ്പെട്ടു.
മയ്യഴിയുടെ സ്വാതന്ത്ര്യത്തെ ലാക്കാക്കി മഹാജനസഭ എന്ന സംഘടന
രൂപീകരിക്കപ്പെട്ടു. കണാരനായിരുന്നു അതിന്റെ നേതാവ്."

നോവൽ പുരോഗമിക്കുന്നതോടെ ഇന്ത്യ സ്വതന്ത്രമാകുകയും ഇന്ത്യ
യുടെ ഭാഗം തന്നെയായ മയ്യഴി അസ്വാതന്ത്ര്യത്തിന്റെ നിഴലിൽ തുടരു
ന്നതായും കാണാം. 1947 ൽ സ്വാതന്ത്ര്യം കിട്ടിയ ഇന്ത്യയുടെ ചരിത്ര
ത്തിൽനിന്നും വ്യത്യസ്തമായിരുന്നു, 1954 ൽ സ്വാതന്ത്ര്യം കിട്ടിയ മയ്യ
ഴിയുടെ ചരിത്രം. ബ്രിട്ടീഷുകാർ നാടുവിട്ടപ്പോഴും ഫ്രാൻസിന്റെ നേതൃ
ത്വത്തിലുണ്ടായിരുന്ന ചില സ്ഥലങ്ങളിൽനിന്ന് ഫ്രഞ്ചുകാർ ഒഴിഞ്ഞു
പോയിരുന്നില്ല.

അങ്ങനെയാണ് മയ്യഴിക്ക്, റെയിൽവേസ്റ്റേഷന് അപ്പുറം ഒരുനാടും
ഇപ്പുറമൊരുനാടും ഉണ്ടായിതീർന്നത്. അങ്ങനെ കമ്മ്യൂണിസ്റ്റുകാർ സ്റ്റേഷ
ന് അപ്പുറം തങ്ങളുടെ താവളമാക്കി. ഉപരോധം ഒരു സമരമുറയാക്കാൻ
ഇത് അവരെ സഹായിച്ചു. ആ സമരമുറ നോവലിൽ ഇങ്ങനെ വിശദീക
രിക്കുന്നു.

മയ്യഴിയിൽനിന്ന് ആർക്കും പുറത്ത് പോകുവാനോ പുറത്തുനിന്ന്
മയ്യഴിയിലേക്ക് വരുവാനോ സാധിച്ചില്ല. കോഴിക്കോട്ടുനിന്നും വട

കരയിൽനിന്നും തലശ്ശേരിക്കുപോകുന്ന ബസുകൾക്കും മറ്റ്
വാഹനങ്ങൾക്കും മയ്യഴിയിലേക്ക് പ്രവേശനം നിരോധിച്ചു. ഉപ
രോധം തുടരവേ മയ്യഴി ഒരു ദ്വീപുപോലെ ഒറ്റപ്പെട്ടു കിടന്നു. ഗതാ
ഗതമില്ലാതെ നിരത്തുകൾ ഒഴിഞ്ഞു. വിമോചന സമരക്കാർ
അതിർത്തികൾ സീൽ ചെയ്തതോടെ അരിയും പഞ്ചസാരയും
എണ്ണയും കിട്ടാതെയായി. കടകൾ അടഞ്ഞുകിടന്നു. വിമോചന
ഭടന്മാരുടെ എണ്ണം ദിവസംതോറും പെരുകിവന്നു. കുഞ്ഞനന്തൻ
മാസ്റ്ററും കണാരനും തുടങ്ങിവെച്ച പ്രസ്ഥാനം ഒരു മഹാസമുദ്രം
പോലെ അലയടിക്കുകയുണ്ടായി. ഉദ്യോഗസ്ഥന്മാരും അധ്യാപ
കരും മറ്റും കൂട്ടമായി മയ്യഴിയിൽനിന്ന് പലായനം ചെയ്ത് പ്രസ്ഥാ
നത്തിൽ ചേർന്നുകൊണ്ടിരുന്നു. ഒരാഴ്ച കഴിഞ്ഞപ്പോൾ പ്രതീ
ക്ഷിച്ചതുപോലെ മയ്യഴിയിൽ ഒരു മണി അരികിട്ടാതെയായി. ആശു
പത്രിയിൽ കിടക്കുന്ന രോഗികൾക്ക് കൊടുക്കുവാൻ മരുന്നില്ല.
അധ്യാപകരുടെ അഭാവത്തിൽ സ്കൂൾ അടച്ചിട്ടു. ഉദ്യോഗസ്ഥ
ന്മാർ ഇല്ലാതെ ഭരണകൂടം മരവിച്ചു.

ഇന്ത്യൻ മണ്ണിൽ നിന്നുകൊണ്ട് ഇന്ത്യയിലെ ഒരു ദേശത്തെ ഉപ
രോധിച്ച് മയ്യഴിയിലെ കമ്യൂണിസ്റ്റുകാരുടെ സ്വാതന്ത്ര്യസമരം എന്തു
കൊണ്ടും ഇന്ത്യൻ സ്വാതന്ത്ര്യസമരത്തിന് ഒരു പുതിയ അധ്യായമായി
രുന്നു.

ജനകീയ വിപ്ലവം ഇതാ തുടങ്ങുകയായി. മയ്യഴി മക്കളേ ഉണരു
വിൻ! ഉണരുവിൻ.... അതിർത്തിയിൽനിന്ന് മയ്യഴിയിലേക്ക് തിരി
ച്ചുവച്ച ഉച്ചഭാഷിണിയിലൂടെ പപ്പനും വാസുട്ടിയും രാപ്പകലില്ലാതെ
വിളിച്ചുപറഞ്ഞുകൊണ്ടിരുന്നു.

തിരിച്ചുവെക്കപ്പെട്ട ഉച്ചഭാഷിണി അതിർത്തിയുടെ നേർ വരമ്പിനെ
യാണ് ചൂണ്ടിക്കാണിക്കുന്നത്. ഈ നേർവരമ്പ് ക്രമേണ അപ്രസക്തമാ
കുകയും മയ്യഴി സ്വാതന്ത്ര്യത്തിലേക്ക് ചുവട് വയ്ക്കുകയും ചെയ്തു.
കോളനിവൽക്കരണത്തിന് എതിരായുള്ള മയ്യഴിയുടെ സാർഥക ഇടപെ
ടലായി കമ്യൂണിസ്റ്റുകാരുടെ ഈ വിവേചനസമരത്തെ വ്യാഖ്യാനിക്കാം.

ദൈവത്തിന്റെ വികൃതികൾ

മയ്യഴിയുടെ ചരിത്രത്തിന്റെ രണ്ടാം ഭാഗമാണ് *ദൈവത്തിന്റെ വികൃ
തികൾ*. അൽഫോൺസച്ചനിലൂടെയാണ് ഇവിടെ നോവലിസ്റ്റ് മയ്യഴിയുടെ
ചരിത്രം അനാവരണം ചെയ്യുന്നത്. ഫ്രഞ്ചുകാർ കപ്പലിൽ യാത്രയായ
തിനുശേഷം മയ്യഴിയിൽ എന്തുസംഭവിച്ചു എന്നതിന്റെ ഒരു അന്വേഷണം
കൂടിയാണ് ഈ നോവൽ. മയ്യഴിയിൽ അടിഞ്ഞുപോയ ഏക ഫ്രഞ്ച്
കുടുംബമാണ് അൽഫോൺസച്ചന്റേത്. അതുകൊണ്ട് അൽഫോൺസ

ച്ചനിലൂടെയാണ് നോവലിസ്റ്റ് കഥ നൂൽനൂൽക്കുന്നത്. അൽഫോൺസ
ച്ചൻ മയ്യഴിയുടെ സ്രഷ്ടാവാണെന്ന് സ്വയം വിശ്വസിക്കുന്നു.

മയ്യഴിയുടെ സ്രഷ്ടാവ് താനാണെന്ന് അൽഫോൺസച്ചൻ അവ
കാശപ്പെടുന്നു. അറുപുരയിൽ കടുങ്ങനും ഭാര്യ ചപ്പിലയും മകൻ
രാഹുലനും കുമാരൻ വൈശ്യരും അമ്മ മന്ദിയമ്മയും പേറ്റിച്ചി
കുഞ്ചിരുതയും മക്കൾ മാധവനും വല്ലിയും രോഹിണിയും വേണു
ഗോപാലനും അസ്സാറും മക്കൾ റുഖിയയും മൂസയും സുലൈ
മാനും വെളുത്തതീയൻ കുഞ്ഞാമൻ വക്കീലും ഭാര്യ ദമയന്തിയും
മക്കൾ ശ്രീനിവാസനും മിത്രനും കുശിനിക്കാരൻ ഒതേനനും
വണ്ടിക്കാരൻ കുങ്കുവും ആടിനെ പോറ്റാത്ത ചാത്തുവും ആടിനെ
പോറ്റുന്ന ചാത്തുവും മകൻ ധർമപാലനും കറുത്തകണ്ണനും മകൻ
ഫൽഗുനനും ഫൽഗുനനന്റെ ഭാര്യ വനജയും മകൻ സുധീരനും
കാവുതീയൻ രാമനും മകൾ മല്ലികയും വണ്ണാത്തികല്ലുവും
വണ്ണാൻ കുഞ്ഞിക്കേളനും മകൻ ഇന്ദ്രനും മയ്യഴിയിലെ മറ്റുചില
പ്രജകളായ കുടനന്നാക്കുന്ന ചോയിച്ചനും കമ്പൗണ്ടർ കണ്ണയ്യനും
മരക്കച്ചവടക്കാരൻ ഉസ്മാൻ ഹാജിയും ശങ്കരൻ ദെരസ്സരും തന്റെ
സൃഷ്ടികളാണെന്ന് അൽഫോൺസച്ചൻ വിശ്വസിക്കുന്നു. അതു
പോലെ മയ്യഴി രാജ്യത്തെ പശുക്കളും ആടുകളും കാക്കകളും
വൃക്ഷലതാദികളും.....

അങ്ങനെയൊക്കെയാണെങ്കിലും ഫ്രാൻസിനെക്കുറിച്ച് കേട്ടുകേഴ്വി
മാത്രമേ അൽഫോൺസച്ചന് ഉണ്ടായിരുന്നുള്ളൂ. വെള്ളക്കാരെപ്പോലെ
മയ്യഴിനാട്ടിൽ ജീവിക്കുന്നുവെങ്കിലും വെള്ളക്കാരുടെ നാട് കാണാത്തവ
രാണ് മയ്യഴിയിലെ ചട്ടക്കാർ. ഇനി ഫ്രാൻസിനെക്കുറിച്ച് മയ്യഴി മക്കൾക്കു
ണ്ടായിരുന്ന ചില ഭാവനകൾ എന്തൊക്കെയായിരുന്നുവെന്ന് നോക്കാം.

നീലകണ്ണുകളും സ്വർണതലമുടിയുമുള്ള പെണ്ണുങ്ങളുടെ നാട്ടി
ലേക്കല്ലേ പോകുന്നത്? അവിടെയെത്തിയാൽ തന്നെയും മക
നേയും മറക്കില്ലെന്ന് ആർക്കറിയാം? ആ ഭയം അവൾ പുറത്ത്
കാണിച്ചില്ല. സമ്പത്ത് തേടി വെള്ളക്കാരുടെ നാട്ടിൽപ്പോയി വെള്ള
ക്കാരികളെ വിവാഹം ചെയ്ത് നാടും വീടും മറന്ന മയ്യഴിയിലെ
തീയന്മാരുടെ കഥകൾ ഒരു പേടിസ്വപ്നത്തിലെന്നപോലെ അവൾ
ഓർമിച്ചു.

ഇദ് നല്ല കഥ. ഇങ്ങടെ വിചാരം ഫ്രാൻസ് മയ്യഴിപോലെ ചെറു
താന്നാ? ഫ്രാൻസ് ലോകത്തേക്കാൾ വലുതാ.
ദുബായിൽ എട്ന്നാ ഇത്തരക്കാരം പൈശ?
പൈശ മുയ്യനും ഫ്രാൻസിലല്ലേ ഉള്ളത്?

ഇതായിരുന്നു മയ്യഴിമക്കൾക്ക് ഫ്രാൻസിനെ സംബന്ധിച്ചുണ്ടായി രുന്ന വിവരം. കൊളോണിയൽ ഭരണത്തിനുശേഷം മാധവൻ വഴി ഫ്രാൻസ് അല്ലാതെ ധനികമായ മറ്റൊരു രാജ്യംകൂടി മയ്യഴിക്കാർ പരി ചയപ്പെടുന്നതാണ് ദുബായ്. പിന്നീട് ദുബായ് മയ്യഴിക്കാരുടെ സ്വപ്ന ഭൂമിയായി മാറുകയും ചെയ്തു.

മാധവന്റെ സൗഭാഗ്യങ്ങളിൽ ആടിനെ പോറ്റാത്ത ചാത്തുവിന്റെ മകൻ ധർമപാലന് അസൂയ തോന്നി. ഫ്രാൻസിൽനിന്നുവന്ന തനിക്കും തന്നെപ്പോലെയുള്ളവർക്കും മാത്രം അവകാശപ്പെട്ടതാണ് മയ്യഴിയിലെ സമ്പന്നത എന്നാണ് അയാൾ നിരീച്ചിരുന്നത്. ഗൾഫി ലെ മരുഭൂമികളിൽ ഇത്രയും പണം ഉണ്ടെന്ന് അയാൾ കരുതി യിരുന്നില്ല. മാധവൻ പുറത്തിറങ്ങുമ്പോൾ മയ്യഴിയിലെ പ്രജകൾ അയാളുടെ പിറകേ ഓച്ചാനിച്ച് നടന്നു. കാവുതീയൻ രാമൻ, ഒതേ നൻ, കുട നന്നാക്കുന്ന ചോയിയച്ചൻ, തോട്ടിച്ചി മാരിയമ്മ എല്ലാ വരും മാധവന്റെ പിറകേനടന്നു. ഉള്ളാകെ കാണാവുന്ന ടെറിലിൻ ഷർട്ടിന്റെ കീശയിൽനിന്നു നോട്ടുകൾ എടുത്ത അയാൾ ഇടവും വലവും വിതറുന്നു.

കോളനിയാനന്തര പഠനങ്ങളിൽ നിറം ഒരു പ്രത്യയശാസ്ത്ര ബിംബ മാണ്. വെളുത്ത നിറത്തോടുള്ള അമിതമായ ആസക്തി ധർമപാലനെ കൊണ്ടെത്തിക്കുന്നത് മഗ്ഗിമദാമ്മയിലാണ്.

ധർമപാലൻ മംഗലം കയിക്കാതിരുന്നത് ഓന്റെ കുരുത്തക്കേടു കൊണ്ട് മാത്തരാ.
അതെന്താ ഓളീ വെള്ളക്കാരിത്തികളെപ്പോലെ ചോന്നകുട്ടീനെ വേണമന്ച്ചാല് ഏട കിട്ടാനാ? ഇതെന്താ ഫ്രാൻസാ? അതല്ലേ ഓനിപ്പം നുറുപോലെ വെളുത്ത മഗ്ഗിമദാമ്മേന്റെ പിന്നാലെ മണത്ത് നടക്ക്ന്നത്?

ധർമപാലൻ എന്ന കോളനിപൗരൻ വെളുത്ത നിറത്തെ ശ്രേഷ്ഠ മായി കരുതുന്നു. ഫ്രാൻസിൽനിന്ന് ജോലിക്കുശേഷം മടങ്ങിയെത്തിയ ധർമപാലന് തീയ്യത്തികളുടെ വെളുപ്പ് പോരാതെയായി. ധർമപാലനെ സംബന്ധിച്ച് വെളുപ്പ് ശ്രേഷ്ഠതയെയും കറുപ്പ് അധമത്വത്തെയും പ്രതി നിധാനം ചെയ്യുന്നു. വെളുത്തത് ശ്രേഷ്ഠമാണെന്നുള്ള ബോധം കൊളോ ണിയൽ പൗരനിൽ ഉടലെടുക്കുമ്പോൾ അത് കൊളോണിയൽ പൗരന്റെ വിധേയത്വത്തെയാണ് കാണിക്കുന്നത്. ഇത് ധർമപാലൻ എന്ന കർത്തൃ ത്വത്തിന്റെ കീഴാള ബോധമാണ് കാണിക്കുന്നത്.
വംശബോധം ചട്ടക്കാരിൽ എങ്ങനെ പ്രതിധ്വനിച്ചു എന്ന് അന്വേ ഷിക്കേണ്ടതുണ്ട്.

വെള്ളക്കാർ കപ്പൽ കയറി പോയശേഷം മഗ്ഗിമദാമ്മയ്ക്ക് എല്ലായ്
പ്പോഴും ശുണ്ഠിയാണ്.
വെള്ളക്കാർ പോയില്ലേ? ഇനി എവ്ടപ്പോയിട്ടാ ജാലവിദ്യ കാണി
ക്ക്യാന്ന് നോക്കാലോ?
നാട്ടില് വേറെ ആളുണ്ട് മഗ്ഗീ, തീയന്മാരെ പുരേല് ചെന്ന് ജാല
വിദ്യ കാണിച്ചിട്ട് എന്ത് കിട്ടാനാ?
കിട്ടുന്നത് മതി.

ഇവിടെ തീയന്മാരുടെ വംശത്തെ അഥവാ മയ്യഴിമക്കളുടെ വംശത്തെ
മഗ്ഗിമദാമ്മ പുച്ഛത്തോടെ നോക്കിക്കാണുന്നു. വെള്ളക്കാർ പോയതോടെ
നാടു മുടിഞ്ഞു എന്ന് മഗ്ഗി കരുതുന്നു. വെളുത്തവർക്ക് കറുത്തവരോടു
ള്ള വെറുപ്പാണ് മുകളിലത്തെ ഉദ്ധരണി കാണിച്ചുതരുന്നത്. എന്നാൽ
അൽഫോൻസച്ചന് ഈ വംശവിരോധം ഇല്ല. ഫ്രാൻസിനെ അയാൾ
സ്വന്തം ദേശമായി കാണുന്നില്ല. മയ്യഴി മക്കളെ അദ്ദേഹം സഹോദര
ന്മാരായി കാണുന്നു. പക്ഷേ, ഈ ബോധം അൽഫോൻസച്ചനിൽ മാത്ര
മായി ഒതുങ്ങിപ്പോയി. മഗ്ഗിമദാമ്മയെപ്പോലെ വെള്ളക്കാർ അവരുടെ ഭര
ണകാലത്തും ഭരണശേഷവും മയ്യഴിക്കാരെ അധമരായാണ് ചിത്രീകരി
ച്ചിട്ടുള്ളത്. അതുകൊണ്ടുതന്നെ വെള്ളക്കാർക്ക് കറുത്തവർ അധമരാ
യിതീർന്നതിൽ അത്ഭുതപ്പെടാൻ ഒന്നുമില്ല.

പൗരസ്ത്യന്റെ നാട്ടുവൈദ്യരീതികൾ പൗരസ്ത്യയുവതലമുറ
(വിദ്യാഭ്യാസം നേടിയ തലമുറ) പുച്ഛിക്കുന്ന കാഴ്ചയും നോവലിൽ
കണ്ടെത്താൻ കഴിയും.

കുമാരൻ വൈശ്യർ അകത്തുചെന്ന് രാഹുലനെ ഒന്നുനോക്കി.
വെളിച്ചം കുറഞ്ഞ മുറിയിലെ മേക്കട്ടിയുള്ള കട്ടിലിൽ രാഹുലൻ
തളർന്നു കിടക്കുന്നു. കുമാരനെ കണ്ട് അവൻ മുഖം തിരിച്ചുകള
ഞ്ഞു. രാഹുലന് നാട്ടുവൈദ്യത്തിൽ വിശ്വാസമില്ല. പ്രത്യേകിച്ച്
കുമാരൻ വൈദ്യരിൽ.

ഇപ്പളത്തെ ബാല്യക്കാരെക്കൊണ്ട് എന്തിന് കൊള്ളാം കുമാരാ?
കളരീല് പോക്കില്ല. എണ്ണതേച്ച് കുളിയില്ല. എല്ലാം വെള്ളക്കാര്
വർത്തിവച്ച അനർഥാ.

പാശ്ചാത്യ വിദ്യാഭ്യാസം ലഭിച്ച രാഹുലന് നാട്ടുവൈദ്യത്തോട്
വിരോധം തോന്നിനത് പാശ്ചാത്യ വിദ്യാഭ്യാസത്തിന്റെ ആധികാരികത
യിൽ നിന്നാണ്. ഈ ആധികാരികത യുവതലമുറയെ അപ്പാടെ ഗ്രസി
ക്കുന്നതിന്റെ ഒരു ഉദാഹരണമാണ് രാഹുലൻ. എന്നാൽ നാട്ടുവൈദ്യ
ത്തിന് അതിന്റേതായ ഫലം ഉണ്ടെന്ന് മുൻ തലമുറ തിരിച്ചറിയുന്നുണ്ട്.
ആദ്യത്തേത് യൂറോ കേന്ദ്രിത വിദ്യാഭ്യാസത്തിന്റെ മേൽക്കോയ്മയും
രണ്ടാമത്തേത് അതിന് എതിരെയുള്ള ചെറുത്തുനിൽപ്പുമാണ്. കോളനി

യാനന്തര രാജ്യങ്ങളിൽ രാഹുലനെപ്പോലെയുള്ള യുവതലമുറയെയാണ് എമ്പാടും കാണാൻ സാധിക്കുന്നത്. ഇത് ഒരു ചിഹ്നമാണ്. അതാകട്ടെ സൃഷ്ടിക്കുന്നത് വിധേയന്മാരെയാണ്.

മതപരമായ കൊളോണിയലിസം പ്രത്യയശാസ്ത്രപരമായി കോള നിയാനന്തര മയ്യഴിയെ ഗ്രസിക്കുന്ന കാഴ്ച നമുക്ക് കാണാൻ സാധിക്കും.

മയ്യഴിയിലെ തീയന്മാർ ക്രിസ്തീയരുടെ ദേവതയായ മയ്യഴി മാതാ വിൽ വിശ്വസിക്കുന്നത് സാമൂഹ്യശാസ്ത്രകാരന്മാർ പഠനവിഷയ മാക്കേണ്ടതാണ്. എണ്ണമയമുള്ള പിത്തള നിറമാർന്ന കണ്ണുകളുള്ള ആദി തീയനും വസൂരി പരത്തുവാനും വസൂരി മാറ്റുവാനും കഴി യും. മയ്യഴിയിൽ മഴപെയ്യിക്കുവാനുംഇടിമിന്നൽ സൃഷ്ടിക്കു വാനും ആദിതീയന് കഴിയും. കടലിലും പുഴയിലും വേലിയേറ്റ ങ്ങൾ വരുത്തുവാനും കഴിയും. എന്നിട്ടും എന്തിനാണ് തീയന്മാർ കൊല്ലക്കാരുടെയും ചട്ടക്കാരുടെയും ദേവതയായ മയ്യഴി മാതാ വിനെ ആരാധിക്കുന്നു? വെള്ളക്കാർ പോയതോടെ രാഷ്ട്രീയമായ കൊളോണിയലിസം അവസാനിച്ചുവെങ്കിലും മതപരമായ കൊളോ ണിയലിസം ഇപ്പോഴും മയ്യഴിയിൽ നിലനിൽക്കുന്നു എന്നല്ലേ അത് സൂചിപ്പിക്കുന്നത്?

കോളനിയാനന്തര രാജ്യത്തിലെ പ്രജകൾ പ്രത്യയശാസ്ത്രപരമായി കീഴാളത്തബോധം കൈവെടിയുന്നില്ല എന്നതിന് ഒരു ഉദാഹരണം ഈ നോവലിൽ ഉണ്ട്. അത് ഇങ്ങനെയാണ്:

ലോകത്തിൽ ഏറ്റവും കൂടുതൽ പണമുള്ള രാജ്യം ഫ്രാൻസാണ് എന്ന മയ്യഴിക്കാരുടെ പ്രാചീനമായ വിശ്വാസത്തിന് ഉലച്ചിൽ തട്ടുക യാണ്.... ഒതേനനെയും ചന്തുവാശാരിയെയും ചോയിയച്ചനെയും പോലുള്ള മയ്യഴിക്കാർ ഒരു സ്വപ്നം കാണുവാൻ തുടങ്ങി. അറ ബികൾ കപ്പലിൽ മയ്യഴിയിൽ വന്നിറങ്ങുന്നു. ഒരു വലിയ അറ ബി, മൂപ്പൻ സായ്വിന്റെ ബംഗ്ലാവിൽ സായ്വിന്റെ കസേരയിൽ ഇരിക്കുന്നു. അങ്ങനെ പണ്ട് വെള്ളക്കാർ മയ്യഴി ഭരിച്ചിരുന്നതു പോലെ അറബികൾ മയ്യഴി ഭരിക്കുന്നു.... അതിനെക്കുറിച്ച് കേട്ട റിയുവാൻ ഇടയായ ചെറുപ്പക്കാരനായ കുഞ്ഞിക്കണ്ണൻ തന്റെ ഡയറിയിൽ കുറിച്ചിട്ടു; കൊളോണിയലിസത്തിന്റെ ഹാംഗോ വരിൽനിന്ന് മയ്യഴിക്കാർ ഇനിയും വിമുക്തരായിട്ടില്ല.

ഈ കൊളോണിയൽ കീഴാളബോധത്തിൽനിന്ന് മോചനം നേടാൻ രണ്ട് കഥാപാത്രങ്ങൾക്കേ കഴിയുന്നുള്ളൂ. അത് കുഞ്ഞാമന്റെ മക്കളായ മിത്രനും ശ്രീനിവാസനുമാണ്.

ദേവലോകം പോലുള്ള ഫ്രാൻസിൽനിന്ന് എല്ലാ സൗഭാഗ്യങ്ങളും ഇട്ടെറിഞ്ഞ് എന്തിനാണ് ഈ കുട്ടികൾ ഇങ്ങോട്ടുപോന്നത്? രാമനെ പ്പോലെ മറ്റുള്ളവരും ഇതേ ചോദ്യം സ്വയം ചോദിച്ചു. നാട്ടിലെ ചെറുപ്പക്കാർ എങ്ങനെയെങ്കിലും മയ്യഴിയിൽനിന്ന് രക്ഷപ്പെട്ട് ഫ്രാൻസിലോ ദുബായിലോ പോകുവാൻ വേണ്ടി എന്തു ത്യാഗ ങ്ങളും സഹിക്കുവാൻ തയാറാണ്. കുഞ്ഞാമന്റെ മക്കളെ നാട്ടു കാർക്ക് മനസിലാക്കുവാൻ വിഷമം തോന്നി.

മിത്രനും ശ്രീനിവാസനും ഒരു പ്രതീക്ഷയാണ്. കോളനിയാനന്തര മയ്യഴിയിലെ പ്രജകൾ മിത്രനെപ്പോലെയും ശ്രീനിവാസനെപ്പോലെയും രാജ്യസ്നേഹികൾ ആവട്ടെയെന്ന പ്രതീക്ഷ. ഭൗതികവും പ്രത്യയ ശാസ്ത്രപരവുമായ അടിമത്തം കോളനിയാനന്തര മയ്യഴിയെ തകർത്തു. ഇനി പുതിയ നാമ്പുകൾ മിത്രനും ശ്രീനിവാസനുമാണ്. അവർ മയ്യ ഴിയെ അടിമത്തബോധത്തിൽനിന്ന് കരകയറ്റട്ടെ എന്ന് നോവലിസ്റ്റ് പ്രതീ ക്ഷിക്കുന്നു.

4

ഉത്തരാധുനിക കർതൃത്വ പഠനങ്ങൾ

സമകാലിക ചർച്ചകളിൽ വളരെയധികം സ്വാധീനം ചെലുത്തുന്ന സങ്കൽപ്പമാണ് ഉത്തരാധുനികത. ഉത്തരാധുനികതയെ മലയാളത്തിൽ ആധുനികാനന്തരം, ആധുനികോത്തരം എന്നീ പേരുകളിൽ വിളിക്കുന്നു. ഇവിടെ ഉത്തരാധുനികത എന്ന പേരാണ് സ്വീകരിച്ചിരിക്കുന്നത്. ഉത്തരാധുനികതയെപ്പറ്റിയുള്ള ഒരാമുഖമാണ് ഇവിടെ കുറിക്കുന്നത്.

കർത്താവിനെ പ്രമാണമാക്കി എന്ത്? എങ്ങനെ? എന്തുകൊണ്ട് എന്നാണ് ആധുനികതയുടെ പ്രത്യയശാസ്ത്രം ചിന്തിച്ചത്. എന്നാൽ ഉത്തരാധുനികത ഇതിനെ നിരാകരിക്കുന്നു. അമേരിക്കൻ സർഗസാഹിത്യത്തെ മുൻനിർത്തി രൂപപ്പെട്ട ഉത്തരാധുനികതാ സങ്കൽപ്പങ്ങൾ 1970 കളിൽ ഫ്രഞ്ച് ഉത്തരഘടനാവാദത്തിന്റെ സിദ്ധാന്തങ്ങളുമായി യോജിപ്പിച്ച് വിശദീകരിക്കപ്പെടുന്നതായി കാണാം. ഫെർഡിനാണ്ട് ഡി സൊസ്യൂറിൽ ആരംഭിച്ച ഘടനാവാദത്തിൽനിന്ന് ഭിന്നമാണ് ഉത്തരഘടനാവാദം. പിൽക്കാല റോളാങ് ബാർത്തും ഴാക്ക് ദറീദയുമാണ് ഉത്തരഘടനാവാദത്തിന്റെ ശിൽപ്പികൾ. ഫൂക്കോ, ലക്കാൻ എന്നിവരും അവരവരുടേതായ സംഭാവനകൾ അതിനു നൽകി. സാന്ദർഭികമായി അത് ദല്യൂസ്, ഗറ്റാരി എന്നിവരിലേക്ക് വ്യാപിക്കുകയും ചെയ്തു. 1979 ൽ ലിയോത്താർ *ദി പോസ്റ്റ് മോഡേൺ കണ്ടീഷൻ* രചിച്ചപ്പോൾ ഉത്തരാധുനികത എന്ന പേര് സാമൂഹ്യാവസ്ഥയുമായി ബന്ധിപ്പിച്ച് ഫലപ്രദമായി പ്രയോഗിച്ച വ്യക്തി അദ്ദേഹമായി മാറി. ഉത്തരഘടനാവാദികൾ ആ വാക്ക് തങ്ങളുടെ പദ്ധതിയായി സ്വീകരിച്ചു.

ഉത്തരഘടനാവാദികളെപ്പോലെ ഉത്തരാധുനികരും ഭാഷയുടെ അപ്രമാദിത്വത്തെ ചോദ്യം ചെയ്തു. യാഥാർഥ്യത്തിന്റെ പ്രതീകമായി ഭാഷയെ കാണുന്ന രീതിയെ അവർ സംശയിച്ചു. കണ്ണാടിയെപ്പോലെ ലോകത്തെ

പ്രതിഫലിപ്പിക്കുന്ന വസ്തുവായിട്ടല്ല മറിച്ച്, ലോകത്തെ അതാക്കി
ത്തീർക്കുന്ന ഉപാധിയായിട്ടാണ് അതിനെ കാണുന്നത്. കർതൃത്വത്തെ
സംബന്ധിച്ച ആധുനികതാവാദത്തിന്റെ സങ്കൽപ്പങ്ങളെ ഉത്തരഘടനാ
വാദം ചോദ്യം ചെയ്തു. ദറീദയുടെയും ലക്കാന്റെയും ചിന്തകളിൽ
'കർത്താവ്' (subject) എന്നത് ഭാഷയുടെ നിർമിതിയായി വിശദീകരി
ക്കപ്പെട്ടു. ആധുനികതയുടെ 'കർത്താവ്' കർമത്താൽ അഥവാ പ്രവൃ
ത്തിയാൽ അയുക്തികതാവാദിയും വ്യക്തിവാദിയും ആയിരുന്നു. ഉത്തര
ഘടനാവാദം 'കർത്താവ്' തന്നെ ഭാഷയുടെ നിർമിതിയാണെന്നു പറ
യുന്നതിലൂടെ ആധുനികതയുടെ വ്യക്തികേന്ദ്രിത അവകാശവാദങ്ങൾ
തള്ളിക്കളഞ്ഞു.

ആധുനികത സാഹിത്യത്തിന് മറ്റ് വ്യവഹാരങ്ങളിൽനിന്ന് വേറിട്ട
സ്ഥാനം നൽകി. റിയലിസത്തെ അവർ തള്ളിപ്പറഞ്ഞു. സാഹിത്യത്തെ
അവർ അരാഷ്ട്രീയവൽക്കരിച്ചു. ചരിത്രത്തിന് ചവറ്റുകുട്ടയിൽ സ്ഥാനം
നൽകി. സാമൂഹ്യതയിൽനിന്ന് സാഹിത്യത്തെ വേർപ്പെടുത്തി. എന്നാൽ
ഉത്തരാധുനികത ഇതിനെയെല്ലാം ചെറുക്കുകയും പുനഃസ്ഥാപനം നട
ത്തുകയും ചെയ്തു.

1960 കളിൽ ഉയർന്നുവന്ന പ്രതിസംസ്കാരത്തിന്റെ തുടർച്ചയാണ്
ഉത്തരാധുനികത. ഈ പ്രതിസംസ്കാരത്തെ 'ഉച്ച ആധുനികത' എന്നു
വിളിക്കുന്നു. ഈ ഉച്ച ആധുനികത അടിമുതൽ മുടിവരെ ജനാധിപത്യ
പരമായിരുന്നു. അതിന്റെ തുടർച്ചയാണ് ഉത്തരാധുനികത. ഉത്തരാധുനി
കതയുടെ ഈ രാഷ്ട്രീയ സ്വഭാവത്തെ ആദ്യമായി തിരിച്ചറിഞ്ഞത്
ലെസ്ലി ഫീഡ്ലർ ആയിരുന്നു.

ഉത്തരഘടനാവാദത്തെ (ഘടനവാദാനന്തരം) പഠിക്കാതെ ഉത്തരാ
ധുനികത പഠിക്കുക അസാധ്യമാണ്. 1960 കളുടെ അവസാനവും 80
കളിലുമാണ് ഉത്തരഘടനാവാദം ബാർത്തിലൂടെയും ദറീദയിലൂടെയും
പ്രവർത്തനമാരംഭിച്ചത്. ഇവർ ഭാഷയുടെ അടിസ്ഥാന സങ്കൽപ്പങ്ങൾക്കും
പ്രതിനിധാനത്തിനും കർത്താവിനും എതിരായിരുന്നു. ദറീദയുടെ ഘടന,
ചിഹ്നം, ലീല എന്നീ വ്യവഹാരങ്ങളെ 'സ്വതന്ത്രലീല'യെന്നും 'പാഠാന്ത
രത'യെന്നും വിളിക്കുന്നു. അപനിർമാണം ഉത്തരാധുനികതയെ വിലയി
രുത്തുന്നത് 'പാഠ'ത്തിലൂടെയാണ്. 'പാഠം' എന്ന വാക്കിന് ഇത്രയധികം
പ്രാധാന്യം കിട്ടിയത് റോളാങ്ബാർത്തിന്റെ *ദി ഡെത്ത് ഓഫ് ദി ഓഥർ*
(*The death of the author,* 1968) പുറത്തുവന്നതിന് ശേഷമായിരുന്നു.
'പാഠ'മെന്നത് അനേകം മാനങ്ങളുള്ള ഒരു മണ്ഡലമാണ്. അവിടെ വിവിധ
ങ്ങളായ 'സൂചക'ങ്ങൾ കലഹിച്ചും ഒത്തുചേർന്നും കഴിയുന്നു. ഒന്നിനും
നിയതമായ അർഥമില്ല. മറ്റൊരു വാക്യത്തിൽ പറഞ്ഞാൽ "ഒരു വാക്യം
തന്നെ അനേകം സംസ്കാരങ്ങളെ കേന്ദ്രീകരിക്കുന്നു." 'പാഠ'ത്തിനു
പുറത്ത് ഒന്നുമില്ലെന്നു പറയുന്ന ദറീദ ഭാഷയുടെ സ്വയം പ്രകാശന
ക്ഷമതയാണ് കാണിക്കുന്നത്. അദ്ദേഹത്തിന്റെ പഠനങ്ങൾ പാഠം, പാഠാ
ന്തരത്വം എന്നിവയുമായി ബന്ധപ്പെട്ടിരിക്കുന്നു.

1960 കളേക്കാൾ 70 കൾക്ക് പ്രാധാന്യം നൽകുന്ന ഉത്തരഘടനാവാദ ത്തെപ്പറ്റിയാണ് ഇനി പറയുവാനുള്ളത്. ഇവിടെ മുഖ്യമായും ഉദ്ദേശി ക്കുന്നത് ഫൂക്കോയെയും ലക്കാനെയുമാണ്. സംസ്കാര സ്ഥാപനങ്ങളെ ജനാധിപത്യവൽക്കരിക്കാനാണ് 70 കളിലെ ഫൂക്കോൾട്ടിയൻ പഠനങ്ങൾ ശ്രമിക്കുന്നത്. ഇവിടെ ഉത്തരാധുനികതയുടെ സ്വാധീനം സ്ത്രീവാദം, സംസ്കാരപഠനം തുടങ്ങിയവയിലേക്ക് പ്രവേശിക്കുന്നതായി കാണാം. പാരമ്പര്യവ്യവഹാരങ്ങളിലെ 'അധികാര'ങ്ങളെ ചോദ്യംചെയ്യുന്ന പ്രവ ണത ഇത് പ്രകടിപ്പിക്കുന്നു.

ആധുനികതാവാദത്തിന്റെ ഭാഗമായിരുന്നു ഉദാര മാനവികത (Liberal humanism). അത് ഒരു 'സാർവലൗകിക' (universal) മനുഷ്യനെ മുന്നോട്ടു വച്ചു. കർത്താവായ ആൺ, വെളുത്ത, യുക്തി എന്നിവയെ മാതൃകയായി കണ്ടുകൊണ്ടാണ് ഇത് നിർവഹിച്ചത്. ഇതിനെ അവർ 'കർത്താവാ'യിത്തന്നെ കാണുന്നു.

എന്നാൽ, അൽത്തൂസറിന്റെ പ്രത്യയശാസ്ത്ര പഠനവും ഫൂക്കോ യുടെ വ്യവഹാരപഠനവും ഉദാരമാനവികതയുടെ മനുഷ്യസങ്കൽപ്പത്തിന് എതിരായിരുന്നു. അൽത്തൂസറിന് 'പ്രത്യയശാസ്ത്രം' കപടജ്ഞാനമാ ണെങ്കിൽ ഫൂക്കോയ്ക്ക് 'വ്യവഹാരം' നേരായിട്ടുള്ള അറിവുതന്നെയാ ണ്. ഭാഷാവ്യവഹാരമാണ് കർതൃത്വത്തെ നിർമിക്കുന്നതെന്ന് ഫൂക്കോ വിശ്വസിക്കുന്നു.

യപ്പി ജീവിതരീതി (yuppy life style), ഇന്റർനെറ്റ്, ഇ-കൊമേഴ്സ് മുതലായ സ്വഭാവസവിശേഷതകൾ പ്രകടിപ്പിക്കുന്ന സമൂഹത്തെ ഒരു കൂട്ടർ ഉത്തരാധുനികം എന്നു വിളിക്കുന്നു. പാശ്ചാത്യമുതലാളിത്ത ത്തിന്റെ മാറിയ സാഹചര്യത്തെ ഫ്രെഡ്രിക്ക് ജെയിംസൺ വിളിക്കുന്നത് 'പിൽക്കാല മുതലാളിത്തം' (Late capitalism) എന്നാണ്. പുതിയ സാംസ്കാരിക യുക്തിയാണ് ഇതിന്റെ സ്വഭാവം. ഉത്തരാധുനികതയെ അദ്ദേഹം പുതിയ സാമൂഹ്യ-സാമ്പത്തിക വ്യവസ്ഥയിലെ മേൽത്തട്ടായി കാണുന്നു. എപ്പോഴും വളരുകയും നുഴഞ്ഞുകയറാൻ കഴിവുള്ളതുമായ ഒരു സാമ്പത്തികവ്യവസ്ഥയാണ് ഈ മുതലാളിത്തത്തിന്റേത്. പിൽക്കാല മുതലാളിത്തത്തിന്റെ ഉപഭോക്തൃ വ്യവസ്ഥയാണ് ഇത്. ക്ലാസിക്കൽ മാർക്സിസത്തിന്റെ മേൽ-കീഴ്തട്ട് വിഭജനം മുതലാളിത്തവ്യവസ്ഥയി ലാണല്ലോ നിർമിക്കപ്പെട്ടത്. എന്നാൽ, ആ വിഭജനം ഇന്ന് അനിശ്ചിതാ വസ്ഥയിലാണ്. സാമ്പത്തിക-സാംസ്കാരിക പ്രതിനിധാനങ്ങളായ ചിഹ്ന ങ്ങൾ ഉൽപ്പാദിപ്പിക്കപ്പെടുകയും, പരസ്പരം ഊട്ടിവളരുകയും ചെയ്യുന്നു ഇവിടെ. അങ്ങനെ ഉത്തരാധുനിക സമൂഹം പലർക്കും പല രീതിയി ലാണ് അനുഭവപ്പെടുന്നത്. എന്നാലും ഒരു പൊതുസ്വഭാവമായി വിശേഷി പ്പിക്കപ്പെടാവുന്നത് യാഥാർഥ്യത്തിന്റെ പ്രതിനിധാനത്തിന് വിശ്വാസ്യത നഷ്ടപ്പെട്ടു എന്നതാണ്.

ഉത്തരാധുനികതയിൽ സാംസ്കാരിക പഠനരീതി പ്രമുഖമായി കട ന്നുവരുന്നുണ്ട്. സംസ്കാരം പലതരം നിർണയനങ്ങളാണ് നടത്തുന്നത്.

ചിലപ്പോൾ പ്രകടവും, ചിലപ്പോൾ ലീനവുമായിരിക്കും അത്. ഇന്നത്തെ എല്ലാ സൈദ്ധാന്തികരും ചിഹ്നശാസ്ത്രത്തെ പ്രധാനമായി കാണുന്നു. സംസ്കാരത്തെ അപനിർമിക്കുകയാണ് സാംസ്കാരിക ഉത്തരാധുനിക പഠനം ചെയ്യുന്നത്. ഫൂക്കോയുടെ പഠനംതന്നെ നിലവിലുള്ള സംസ്കാരത്തെ നേരിട്ടു പഠിക്കുന്നതിനേക്കാൾ മുൻസംസ്കാരത്തിന്റെ ചരിത്ര പരമായ വിശദീകരണമാണ് നൽകുന്നത്.

എന്നാൽ ഇതിന് വിരുദ്ധമായി ചിന്തിക്കുന്നവരുമുണ്ട്. ആൻഡ്രി യാസ് ഹൈസൺ എന്ന ചിന്തകൻ അഭിപ്രായപ്പെടുന്നത് 'ഉത്തരാധുനി കത' ചരിത്രത്തെ ചവറ്റുകുട്ടയിലേക്ക് തരംതാഴ്ത്തുന്നുവെന്നും ചരിത്ര ത്തെ നിലനിർത്താതെ 'പാഠ'ത്തെ മാത്രം നിലനിർത്തുന്നു എന്നുമാണ്. ഹൈസൺ ചരിത്രത്തിൽ വിശ്വസിക്കുന്ന വ്യക്തിയാണ്. അദ്ദേഹത്തിന്റെ അഭിപ്രായത്തിൽ ഇന്ന് ചരിത്രം പഠിക്കുന്നത് അതിന്റെ സംസ്കാരം പഠിക്കാൻ വേണ്ടിയാണ്. ചരിത്രത്തെ അപകേന്ദ്രീകരിക്കുകയാണ് ഉത്ത രാധുനികർ ചെയ്യുന്നത്. *സെർച്ച് ഫോർ ട്രഡിഷൻ ആന്റ് ഹിസ്റ്ററി* (*Search for tradition and history*) എന്ന പുസ്തകത്തിലാണ് അദ്ദേഹം ഈ പ്രസ്താവന നടത്തിയിരിക്കുന്നത്.

ഇന്ന് ഉത്തരാധുനികത പാർശ്വവൽക്കരിക്കപ്പെട്ട പല മേഖലകളി ലേക്കും പഠനത്തെ നീട്ടുന്നു. ഉദാ - സ്ത്രീവാദം, പരിസ്ഥിതിവാദം, സംസ്കാരപഠനം. അങ്ങനെ രാഷ്ട്രീയത്തെ പുനർവീക്ഷണത്തിനു വിധേയമാക്കുകയാണ് ഉത്തരാധുനികത. ഇന്ന് ഉത്തരാധുനികതയുടെ വിവക്ഷകൾ രാഷ്ട്രീയം കൂടിയാണ്.

ഉത്തരാധുനികതയുടെ പഴയ പേരുകൾ.

ഒരേ തരത്തിലുള്ള വ്യവഹാരങ്ങൾ പ്രകടിപ്പിച്ചിരുന്ന സാഹിത്യ-സാംസ്കാരിക-സാമൂഹ്യമേഖലകളെ 'ഉത്തരാധുനികം' എന്ന പേർ വരു ന്നതിനുമുമ്പ് സൈദ്ധാന്തികർ അവർക്ക് ശരിയെന്നു തോന്നുന്ന രീതി യിൽ നിർവചിച്ചിരുന്നു. ആ പേരുകളിൽ ചിലവ താഴെ കൊടുക്കുന്നു.

1. *വ്യാഖ്യാനത്തിനെതിരെയുള്ള പ്രവണത* (*Against interpretation*) – സൂസൻ സോൺടാഗ്.

2. *മൗനത്തിന്റെ സാഹിത്യഭൂമിക* (*The literature of silence*) – ഐഹാബ് ഹസൻ.

3. *ജനപ്രിയ കെട്ടിടനിർമാണ കല.* (*Pop architecture*) - റോബർട്ട് വെൻച്യൂറി.

4. *ഉൽക്കണ്ഠാകാരണമായ വസ്തു* (*Anxious object*) - ഹാരോൾഡ് റോസൻബർഗ്.

5. *ആത്മരതിപരത* (*Narcissistic*) – ലിൻഡാ ഹാച്ചിയൺ

എന്നാൽ ലിയോത്താർ *ദി പോസ്റ്റ് മോഡേൺ കണ്ടീഷൻ* എന്ന പുസ്തകത്തിലൂടെ ഉത്തരാധുനികതയ്ക്ക് ഒരു ദാർശനികവശം നൽകി. അതുവരെ അവ മുകളിൽപ്പറഞ്ഞ പേരുകളിലാണ് നിലനിന്നത്. ഇന്ന് അവയെയെല്ലാം ചേർത്ത് 'ഉത്തരാധുനികം' എന്നു വിളിക്കുന്നു. തുട

ക്കത്തിന്റെ പകച്ചിലാണ് ഈ വ്യത്യസ്ത പേരുകൾ സ്വീകരിക്കാൻ ചിന്ത കരെ പ്രേരിപ്പിച്ചത്.

ഉത്തരാധുനികതയുടെ ആധുനികവിരുദ്ധ സ്വഭാവമാണ് ഇനി ചർച്ച ചെയ്യാനുള്ളത്. ലസ്ലീ ഫീഡ്‌ലർ ആണ് ആധുനികതയെ വെട്ടിത്തുറന്ന് വിമർശിച്ച പ്രധാനികളിലൊരാൾ. അദ്ദേഹത്തിന്റെ അഭിപ്രായത്തി "ആധുനികത അസാധാരണമായ, സുഖകരമല്ലാത്ത ഒരു കൂട്ടായ്‌മയാ ണ്. അത് സ്വയം തൃപ്തവും ഇടുങ്ങിയതുമായ ആ യുക്തിവാദത്തിന്റെ താണ്. മാത്രമല്ല, അത് അനുഭവം മാത്രമാണ്. ജ്ഞാനത്തിന്റെ കേന്ദ്ര മെന്ന് വിശ്വസിക്കുന്നു.

ഫീഡ്‌ലർ നിർമിച്ച പുതിയ ആധുനികതാവിരുദ്ധലോകം താഴെ കൊടുക്കുന്നു.

1. മാനവികതയ്ക്ക് ശേഷമുള്ളത് – Post humanist.
2. വെളുത്തവന് ശേഷമുള്ളത് – Post white.
3. പുരുഷന് ശേഷമുള്ളത് – Post Male.
4. നായകർക്ക് ശേഷമുള്ളത് – Post Heroic world.

ഇതിൽ 'post' എന്ന പദം അതിനുശേഷം വരുന്ന പദങ്ങൾക്ക് വിരു ദ്ധമാണെന്ന് കരുതേണ്ടതുണ്ട്. അങ്ങനെ ഉത്തരാധുനിക ലോകം മാന വിക വിരുദ്ധവും വെളുത്തതിനെതിരെയും ആണിനെതിരെയും നായകലോകത്തിനെതിരെയുമാണ്. *ദ ന്യൂ മ്യൂറ്റൻസ് (The new mu-tants)* എന്ന കൃതിയിലാണ് ഇത് പരാമർശിച്ചിരിക്കുന്നത്. 1965 ലാണ് ഈ അഭിപ്രായം അദ്ദേഹം പ്രകടിപ്പിച്ചതെന്നതും 80 കളിലാണ് ഉത്തരാ ധുനികതയ്ക്ക് വളർച്ച സംഭവിച്ചതെന്നും ഓർക്കേണ്ടതുണ്ട്.

സൂസൺ സോൺടാഗ്-ഗോദാർദിന്റെ *Viurse Sa Via* എന്ന സിനി മയെ 1964 ൽ ഇങ്ങനെ നിരൂപണം ചെയ്യുന്നു – "ആധുനികതയുടെ വേർതിരിവായ ശ്രേഷ്ഠസാഹിത്യം, അധമസാഹിത്യം എന്ന വേർതിരിവ് അംഗീകരിക്കാവുന്നതല്ല."

മറ്റൊരു ചിന്തകനായ മേയർ 'ലക്ഷ്യപരതയ്ക്ക് എതിരായ കല' (Anti teleological art) എന്നാണ് ഉത്തരാധുനികതയെ നിർവചിച്ചത്. അദ്ദേഹം മനുഷ്യനെ അപകേന്ദ്രീകരിക്കുകയാണ് ചെയ്തത്. മേയർ അതിനെ 'ഉത്തര മാനവികത' എന്നു പേരിട്ടു. ആധുനികതാവാദം മാന വികമുഖമാണല്ലോ അണിഞ്ഞത്! അദ്ദേഹം 'ഉത്തരമാനവികത'യെ നിർവചിച്ചത് ഇങ്ങനെയാണ് – "പ്രപഞ്ചത്തിന്റെ മുഴുവൻ കേന്ദ്രം മനു ഷ്യനാണെന്ന ധാരണ ശരിയല്ല. ബാക്ടീരിയ, കല്ല്, മരങ്ങൾ എന്നീ വസ്തുക്കളിൽനിന്ന് അകന്നതല്ലാത്ത ഒരു മാനം അതിനാവശ്യമില്ല. വിധി യുടെ മേലുള്ള മനുഷ്യന്റെ നിയന്ത്രണം ഭാവി, ഭൂതം, വർത്തമാനം എന്നി വയുടെമേൽ അധികാരം സ്ഥാപിക്കുക. വരാൻപോകുന്നതിനെ മുൻകൂട്ടി ക്കാണാനുള്ള കഴിവ് എന്നീ മനുഷ്യന്റെ ലക്ഷ്യങ്ങൾ ഇന്ന് ചോദ്യം ചെയ്യ പ്പെടുന്നു."

ആദിത്യനും രാധയും മറ്റുചിലരും

ആധുനികത പല ദ്വന്ദ്വങ്ങൾ സൃഷ്ടിക്കുകയുണ്ടായി. വ്യക്തി/സമൂ
ഹം, നായകൻ/ നായിക, പുരുഷൻ/ സ്ത്രീ, വെളുത്തത്/ കറുത്തത്
എന്നിങ്ങനെ. ഇതിൽ ആദ്യം വരുന്നത് ശരിയും രണ്ടാമത് വരുന്നത്
തെറ്റും എന്ന് അടയാളപ്പെടുത്തി. അല്ലെങ്കിൽ ആദ്യം വരുന്നത് ശ്രേഷ്ഠം
എന്നും രണ്ടാമത് വരുന്നത് അധമവും എന്ന് വിലയിരുത്തപ്പെട്ടു. ഇതി
നെതിരെ ഉത്തരാധുനികത കലഹിക്കുന്ന കാഴ്ച നമുക്ക് കാണാൻ സാധി
ക്കും. ഉത്തരാധുനികത അപനിർമാണത്തിലൂടെ ഇത്തരം ദ്വന്ദ്വങ്ങൾ
തച്ചുടയ്ക്കേണ്ടതിനെപറ്റി വിവേകത്തോടെ സംസാരിച്ച് തുടങ്ങി. അതി
നുശേഷം ഈ ദ്വന്ദ്വങ്ങൾ മുതലാളിത്തം നിർമിച്ചവയാണെന്നും അവ
മനുഷ്യനെ വേർതിരിക്കുന്നതായും അടയാളപ്പെടുത്തി. ഇത്തരം വേർതി
രിവുകൾ ഒരു സമൂഹത്തെ ഉച്ചനീചത്വങ്ങളിലേക്ക് ക്ഷണിച്ചുവരുത്തു
മെന്നും ഇതിനു ബദലായി ഈ ദ്വന്ദ്വങ്ങളെ തകർക്കുകയാണ് വേണ്ട
തെന്നും നിഗമനത്തിലെത്തി. അപനിർമാണത്തിന്റെ ഈ പരിസരം ഉത്ത
രാധുനികതയുടെ നവ–മാർക്സിയൻ സമീപനം നമുക്ക് കാണിച്ചുത
രുന്നു.

ആദിത്യനെ ഭാസ്കരനായും രാധയെ ലീലയായും മാറ്റി പ്രതിഷ്ഠിച്ച്
അവരുടെ അസ്തിത്വത്തെ തന്നെ നോവലിസ്റ്റ് അപനിർമിക്കുന്നു. ആദി
ത്യനും രാധയ്ക്കും ഒരുപേരില്ലെന്നും അവർ സമൂഹത്തിലെ ഒരു ചിന്ത്
മാത്രമാണെന്നും ഇത്തരം കഥാപാത്രങ്ങൾ സമൂഹത്തിലെ പല ഏടു
കളിലും പ്രത്യക്ഷപ്പെടാമെന്നും പ്രഖ്യാപിച്ചുകൊണ്ടാണ് മുകുന്ദൻ ഈ
കർത്തവ്യം നിറവേറ്റുന്നത്.

ആധുനികതാവാദം വ്യക്തികേന്ദ്രിത അസ്തിത്വവാദമായിരുന്നു
വെന്ന് പറഞ്ഞുവല്ലോ. എന്നാൽ ഇത്തരം വ്യക്തിവാദങ്ങൾക്ക് ഇന്ന് സമ
കാലിക പ്രസക്തിയില്ല എന്ന് ഉത്തരാധുനികത വാദിക്കുന്നു. ഉത്തരാ
ധുനിക കർതൃത്വം വ്യക്തി കർതൃത്വങ്ങളെ പറംതള്ളി അവിടെ
സമൂഹത്തെ പ്രതിഷ്ഠിച്ച് ആധുനികതയെ വിമർശനബുദ്ധ്യാ സമീപി
ക്കുന്നു. ഈ ഘട്ടത്തിൽ ആദിത്യൻ എന്ന കഥാപാത്രം ഇങ്ങനെ ഒരു
വെളിപ്പെടുത്തൽ നടത്തുന്നു:

ആദിത്യന്റെ മനസിൽ ഇല്ലാത്തത് ആദിത്യൻ മാത്രമാണ്.

ആധുനികതാവാദത്തിന്റെ വ്യക്തി അസ്തിത്വ സമീപനത്തിന്റെ
പൊള്ളത്തരങ്ങൾ മനസിലാക്കിയ ഒരു കഥാപാത്രത്തിനു മാത്രമേ
ഇത്തരത്തിൽ ചിന്തിക്കാൻ കഴിയൂ എന്ന് വ്യക്തമാണല്ലോ! വ്യക്തിയി
ലൂടെയല്ല സമൂഹത്തിലൂടെയാണ് വ്യക്തി തന്റെ വ്യക്തിത്വം മനസിലാ
ക്കുന്നത് എന്ന ലക്കാനിയൻ ചിന്താഗതിയാണ് ഇവിടെ നോവലിസ്റ്റിനെ
ക്കൊണ്ട് ഇങ്ങനെ ചിന്തിപ്പിക്കുന്നത് എന്ന് തോന്നുന്നു.

സമയം ഒരു കേന്ദ്ര കഥാപാത്രമായി കടന്നുവരുന്ന നോവലാണ്
ആദിത്യനും രാധയും മറ്റു ചിലരും എന്ന ഈ നോവൽ. ഇതിലെ സമയ
ബോധം എന്തായിരുന്നുവെന്ന് നോക്കാം.

അതിലേക്കായി ഇന്നിന്റെ സമയബോധം എന്തായിരുന്നുവെന്ന് ചിന്തിക്കേണ്ടതുണ്ട്. അങ്ങനെ അന്വേഷിച്ചുവരുമ്പോൾ ഇന്നിന്റെ സമയബോധം മുതലാളിത്തത്തിന്റെ സമയബോധമാണെന്ന് നാം തിരിച്ചറിയുന്നു.

ആധുനിക മനുഷ്യന്റെ ജീവിതചര്യകളത്രയും നിയന്ത്രിക്കുന്നത് സമയമാണ്. ഇതില്ലെങ്കിൽ ആപ്പീസുകളും സർവകലാശാലകളും ഫാക്ടറികളും ഒന്നും നടക്കില്ല. തീവണ്ടികളും വിമാനങ്ങളും ബസും ഓടുകയില്ല. ജീവിതം അതിന്റെ ചലനാത്മകത നഷ്ടപ്പെട്ട് അവർ ചാരിയിരിക്കുന്ന ഈ പാറപോലെ നിർജീവമായി ഒരുജഡമായി മാറും.

എന്നാൽ നൂറ്റാണ്ടുകൾക്കു മുമ്പ് സമയം മറ്റൊന്നായിരുന്നു. അന്ന് വാച്ച് കണ്ടുപിടിക്കപ്പെട്ടിരുന്നില്ല. നോവലിൽ പതിനാറാം നൂറ്റാണ്ടാണ് പരാമർശവിധേയം.

പതിനാറാം നൂറ്റാണ്ട്. ഇതെന്താണ്? അവൾ ആദിത്യന്റെ കൈയിലെ വാച്ച് കൗതുകത്തോടെ തൊട്ടുനോക്കി.

ഇതിനെ ഞങ്ങൾ വാച്ച് എന്നു വിളിക്കുന്നു. ഇതെന്തിനാണ്? വളയാണോ? ഇത് സമയം അറിയുവാനുള്ളതാണ്. സമയം..... അതെന്താണ്? ആ ചോദ്യത്തിനുത്തരം നൽകാൻ ആദിത്യന് കഴിഞ്ഞില്ല.

ഒരുപക്ഷേ, ഇനിവരുന്ന സമയബോധം മുതലാളിത്തത്തിന്റെ സമയബോധത്തെ ഹനിക്കുന്നതായിരിക്കും എന്നൊരു ധ്വനി ഈ നോവൽ മുന്നോട്ടുവയ്ക്കുന്നുണ്ട്. കാരണം ഇന്നിന്റെ സമയബോധം ഭൂതം, വർത്തമാനം, ഭാവി എന്നിങ്ങനെയാണല്ലോ. എന്നാൽ നോവൽ ഈ സമയബോധത്തെ ഹനിക്കുന്നു. ചിലപ്പോൾ ഭാവി ആദ്യം കടന്നുവരികയും വർത്തമാനത്തെ ഏറ്റവും അവസാനമായി പിന്തള്ളുകയും ചെയ്യുന്നു. ചിലപ്പോൾ വർത്തമാനം ആദ്യം കടന്നുവരികയും ഭൂതം അവസാനത്തിലേക്ക് പിന്തള്ളുകയും ചെയ്യുന്നു.

ഇന്ന് നാം മൂന്നാംലോക മഹായുദ്ധത്തിന്റെ ഉന്മൂല നാശഭീഷണിയുടെ വക്കിലാണ് കഴിയുന്നത്. അതുകൊണ്ടുതന്നെ വരുംകാല സമയബോധം എന്തായിരിക്കുമെന്ന് പ്രവചിക്കാൻ കഴിയില്ല. അതുകൊണ്ടാവാം നോവലിൽ സമയം ഒരു അത്യാവശ്യമായി കടന്നുവരുന്നത് എന്ന് ചിന്തിക്കേണ്ടിയിരിക്കുന്നു.

ഒരു ദളിത്‌യുവതിയുടെ കദനകഥ

ഒരു ദളിത്‌യുവതിയുടെ കദനകഥ ഒരു ഉത്തരാധുനിക നോവൽ ആണ്. രണ്ട് കാരണങ്ങൾകൊണ്ടാണ് ഇത് ഉത്തരാധുനിക നോവൽ ആയിത്തീരുന്നത്. ഒന്ന്, റിയലിസത്തിന്റെ തിരിച്ചുവരവ്. രണ്ട്, സ്ത്രീ കർതൃകേന്ദ്രിതമായ നോവൽ.

ആദ്യമായി, റിയലിസത്തിന്റെ കാര്യംതന്നെ എടുക്കാം. മലയാള
ത്തിൽ ആധുനികതാവാദം അതിനുതൊട്ടു മുമ്പിൽനിന്ന റിയലിസത്തെ
പ്രത്യേകിച്ച് സോഷ്യലിസ്റ്റ് റിയലിസത്തെ വിമർശിച്ചുകൊണ്ടാണ് രംഗം
അടക്കിവാണത്. സോഷ്യലിസ്റ്റ് റിയലിസത്തിന്റെ ഒരു പ്രത്യേകതയായി
രുന്നു 'സാമൂഹ്യ പ്രതിബദ്ധത.' എന്നാൽ ഇതിനെ കാലഹരണപ്പെട്ട
ആശയമായി ആധുനികതാവാദം വിലയിരുത്തുകയും ദാർശനികതല
ത്തിലേക്ക് പ്രത്യേകിച്ച് അസ്തിത്വദർശനത്തിലേക്ക് അതിന്റെ വ്യാപ്തി
നീട്ടുകയും ചെയ്തു. എന്നാൽ അസ്തിത്വവാദം ഒരു ആശയവാദം
ആണെന്നും അത് മുതലാളിത്ത പൗരബോധത്തെയാണ് സംബോധന
ചെയ്യുന്നതെന്നും തിരിച്ചറിയാൻ ഇവിടുത്തെ മധ്യവർഗ ബുദ്ധിജീവി
കൾക്ക് കഴിയാതെ പോയി. അതിന്റെ ഫലമായി ദാർശനിക ആത്മഹത്യ
കളും ദാർശനികവ്യഥ പേറിനടക്കുന്ന കഥാപാത്രങ്ങളും നമ്മുടെ മുന്നിൽ
അനാവൃതമായി. എന്നാൽ ഉത്തരാധുനികത ആധുനികതാവാദ വിരുദ്ധ
പ്രസ്ഥാനമായി നിലകൊണ്ട് ഇതിന്റെ പൊള്ളത്തരങ്ങൾ വിളിച്ചുപറഞ്ഞു.
പിന്നീട് നാം കാണുന്നത് ബുദ്ധിജീവികൾ പഴയതുപോലെ റിയലിസത്തി
ലേക്ക് മടങ്ങിപ്പോകുന്ന കാഴ്ചയാണ്. മറ്റൊരുതരത്തിൽ പറഞ്ഞാൽ,
ഉത്തരാധുനിക സൗന്ദര്യശാസ്ത്രം റിയലിസത്തെ മടക്കിക്കൊണ്ടുവന്ന്
അതിന് പുതിയമുഖം നൽകുന്നു. ഇതാണ് *ഒരു ദളിത് യുവതിയുടെ
കദനകഥ,* ഒരു ഉത്തരാധുനിക നോവൽ ആകാൻ കാരണം. ഈ അപ
ഗ്രഥനത്തെ പരിപോഷിപ്പിക്കുന്ന ഒരു സംഭാഷണം നോവലിൽ തന്നെ
യുണ്ട്. അത് ഇങ്ങനെയാണ്:

ഒരു കാബറെ നടത്തുവാനല്ല ഞാൻ അവളോട് പറഞ്ഞത്. അപ
മാനിക്കപ്പെട്ട ഒരു ദളിത് യുവതിയെ റിയലിസ്റ്റിക്കായി അവതരി
പ്പിക്കാനാണ് ഞാൻ ആവശ്യപ്പെട്ടത്. അതവൾക്ക് മനസിലാകാ
ത്തതുകൊണ്ടല്ല.

ഇനി, സ്ത്രീ കർതൃകേന്ദ്രിത നോവലെന്നരീതിയിൽ ഈ നോവ
ലിനെ സമീപിക്കാം. ഉത്തരാധുനികകാലത്ത് വ്യാപകമായി അംഗീകരി
ക്കപ്പെട്ട ഒരു പ്രസ്ഥാനമാണ് സ്ത്രീവാദം. അതിനുമുമ്പ് സ്ത്രീവാദം
ഉണ്ടായിരുന്നില്ല എന്നല്ല. പക്ഷേ, അതിന് സാമൂഹ്യമായ ഒരു അസ്തി
ത്വം ലഭിക്കുന്നത് ഉത്തരാധുനികകാലത്താണ്. പാർശ്വവൽക്കൃതരുടെ
പ്രസ്ഥാനമായി സ്ത്രീയുടെ പ്രശ്നങ്ങളെ തിരിച്ചറിഞ്ഞത് ഈ കാല
ഘട്ടത്തിലാണ്. സ്ത്രീക്ക് സ്വന്തമായി ഒരു അസ്തിത്വമുണ്ടെന്ന് അവൾ
തിരിച്ചറിഞ്ഞു.

മറിയയുടെ മകളായും ഗോകുലിന്റെ പ്രതിശ്രുത വധുവായും
അല്ലാതെ നിങ്ങൾക്ക് എന്നെ കാണുവാൻ കഴിയില്ലേ? എന്നെ
ഞാനായി മാത്രം കണ്ടാൽ എന്താണ് കുഴപ്പം.

ആധുനികതാവാദ കാലഘട്ടത്തിൽ സ്ത്രീയെ, അവളുടെ പ്രശ്ന
ങ്ങളെ കേന്ദ്രസ്ഥാനത്ത് പ്രതിഷ്ഠിക്കുവാൻ ചിന്തകർ തയാറായില്ല.
അല്ലെങ്കിൽ സ്ത്രീ കേന്ദ്രിത കഥാപാത്രങ്ങൾ കർതൃത്വങ്ങൾ ആകുന്നത്
ഉപരിപ്ലവമായിട്ടായിരുന്നു. അവളുടെ പ്രശ്നങ്ങളെ അവർ ഗൗരവപൂർവം
പരിഗണിച്ചില്ല. എന്നാൽ ഉത്തരാധുനിക സ്ത്രീയെ കേന്ദ്രകഥാപാത്ര
മായി ചിത്രീകരിക്കുകയും അവളുടെ പ്രശ്നങ്ങൾ ആഴത്തിൽ മനസി
ലാക്കാൻ ശ്രമിക്കുകയും ചെയ്തു. അതുകൊണ്ടാണ് വസുന്ധരയ്ക്ക്
തന്നെ മറിയത്തിന്റെ മകളായും ഗോകുലിന്റെ പ്രതിശ്രുത വധുവായും
അല്ലാതെ ഒരു സ്വതന്ത്ര വ്യക്തിത്വമായി കാണാൻ ആഹ്വാനം ചെയ്യാൻ
കഴിഞ്ഞത്. ഇത് ആധുനികതാവാദ കർതൃത്വത്തിൽനിന്ന് ഒരു വ്യത്യ
സ്തമായ സ്ത്രീ കർതൃത്വത്തിന്റെ ശബ്ദമാണ്.

നൃത്തം

ഉത്തരാധുനികപരിസരം അനാവൃതം ചെയ്യുന്ന നോവലാണ് 'നൃ
ത്തം.' ഉത്തരാധുനികതയുടെ പല സാധ്യതകൾ അനാവരണം ചെയ്യുന്ന
ഒരു വാക്യം താഴെ കൊടുക്കുന്നു.

> ബാലകൃഷ്ണൻ തന്നെയാണ് അഗ്നിയെന്നതിന് എന്താണ്
> തെളിവ്? ബാലകൃഷ്ണനല്ല അഗ്നിയെന്നതിനും തെളിവില്ല. മാത്ര
> മല്ല, ബാലകൃഷ്ണൻ/അഗ്നിതന്നെയാണ് നിങ്ങൾക്ക് തുടർച്ച
> യായി ഇങ്ങനെ സന്ദേശങ്ങൾ അയയ്ക്കുന്നത് എന്ന് നിങ്ങൾക്കു
> തീർച്ചയാണോ? അഗ്നിയുടെ പാസ്‌വേർഡ് മോഷ്ടിച്ച് ആർക്കും
> നിങ്ങൾക്ക് ഇങ്ങനെ സന്ദേശങ്ങൾ അയയ്ക്കുവാൻ കഴിയും. എവി
> ടെയിരുന്നും എപ്പോൾ വേണമെങ്കിലും......
> ഞാൻ ഇത് വിയന്നയിൽനിന്നാണ് അയയ്ക്കുന്നത് എന്ന് തുടക്ക
> ത്തിൽ പറഞ്ഞു. അതിനും തെളിവുകൾ ഇല്ല. നിങ്ങളുടെ പാർപ്പി
> ടത്തിനു തൊട്ടു മുന്നിലെ സർവീസ് ലെയിനിനപ്പുറത്തെ ഒരു
> ഫ്ലാറ്റിൽ സദാ കംപ്യൂട്ടറിനു മുമ്പിൽ ഇരിക്കുന്ന ഒരു പയ്യനാണ്
> നിങ്ങൾക്ക് ഈസന്ദേശം അയയ്ക്കുന്നത് എന്നു പറഞ്ഞാൽ? അല്ല,
> അങ്ങനെ സംഭവിക്കില്ല എന്നു പറയുവാനോ പറയുന്നതു തെളിയി
> ക്കുവാനോ നിങ്ങൾക്ക് കഴിയുകയില്ല....
> അതുകൊണ്ട് കാണുന്നത് വിശ്വസിക്കുക ചോദ്യങ്ങൾ ചോദിക്ക
> രുത്. അഗ്നി (?)

ആദ്യമായി, ഈ വാക്യം ഉത്തരാധുനിക പരിസരത്തെ സംബോ
ധന ചെയ്യുന്നതായി വിലയിരുത്തുവാൻ സാധിക്കും. ഉത്തരാധുനിക പരി
സരം സാങ്കേതിക മുതലാളിത്തത്തിന്റേതാണ്. അവിടെ മാധ്യമങ്ങൾ,
സാങ്കേതികത, കംപ്യൂട്ടർ, ഇന്റർനെറ്റ് എന്നിവ ജനങ്ങളെ ഭരിക്കുന്നു.
കാഴ്ചയുടെ ലോകമാണ് അത്. അതുകൊണ്ടുതന്നെ അവിടെ ചോദ്യ
ങ്ങൾ ചോദിക്കുവാൻ പാടില്ല. കാണുന്നത് വിശ്വസിക്കുക എന്ന് മുതലാ

ളിത്തം നമ്മോട് പറയുന്നു. കമ്പോളം നമ്മെ കാഴ്ചകളിലൂടെ വഴിതെറ്റി ക്കുന്നു. ഒരു സൂപ്പർമാർക്കറ്റിൽ അമ്പത് രൂപയ്ക്ക് ഉള്ളി വാങ്ങാൻ പോകുന്ന നമ്മൾ അവിടെ പ്രദർശിപ്പിച്ചിട്ടുള്ള പരസ്യങ്ങളിലെ മായികാ ലോകത്തിൽ മതിമറന്ന് അമ്പത് രൂപയുടെ ലിപ്സ്റ്റിക്കും വാങ്ങി തിരിച്ച് ഇറങ്ങിവരുന്നത് കാഴ്ചയുടെ ഈ മാന്ത്രികതയാണെന്ന് ലക്കാൻ പറ യുന്നു. അതുകൊണ്ട് കാഴ്ചയെ അന്ധമായി വിശ്വസിച്ച് നാം മുതലാളി ത്തത്തിന്റെ വെറുമൊരു ഉപഭോക്താവ് മാത്രമായി ചുരുങ്ങിപ്പോകുന്നു. പൗരത്വവും പൗരബോധവും ഈ സാങ്കേതികമാധ്യമ മുതലാളിത്തം നമുക്ക് അന്യംവരുത്തുന്നു. അതുകൊണ്ടുതന്നെ കാണുന്നത് വിശ്വസി ക്കുക, ചോദ്യങ്ങൾ ചോദിക്കരുത് എന്ന് അഗ്നി പറയുന്നത്. അങ്ങനെ യാണ് നൃത്തം എന്ന നോവൽ ഉത്തരാധുനികതയുടെ പരിസരം നമുക്ക് മുമ്പിൽ തുറന്നിടുന്നത്.

രണ്ടാമതായി, ബാലകൃഷ്ണൻ/അഗ്നി തന്നെയാണ് നിങ്ങൾക്ക് തുടർച്ചയായി ഇങ്ങനെ സന്ദേശങ്ങൾ അയയ്ക്കുന്നത് എന്ന് നിങ്ങൾക്ക് തീർച്ചയാണോ എന്ന വാചകം അപഗ്രഥിക്കാം. ഇവിടെ ആധുനികതാ വാദത്തെക്കുറിച്ച് പറയേണ്ടിയിരിക്കുന്നു. അവിടെ വ്യക്തി കേന്ദ്രിതമായ ഒരു കർതൃത്വത്തെയാണ് നാം കാണുന്നത്. ആ വ്യക്തിയുടെ മാനസിക വികാസങ്ങളും വികാരങ്ങളും നോട്ടങ്ങളും കാഴ്ചപ്പാടുകളുമാണ്, ആ കർതൃത്വം നമ്മെ വിലയിരുത്താൻ നിർബന്ധിച്ചത്. അതുകൊണ്ട് ആ നോവലുകൾ വെറും വ്യക്തി കേന്ദ്രിതമായിരുന്നു. എന്നാൽ ഉത്തരാധു നികത വ്യക്തിയെ അപകേന്ദ്രീകരിക്കുന്നു. ബാലകൃഷ്ണൻ അഗ്നിത ന്നെയാണോ എന്ന് നമുക്ക് അവിടെ തീർച്ചയില്ല. അല്ലെങ്കിൽ അഗ്നിത ന്നെയാണ് ബാലകൃഷ്ണൻ എന്നുപറയാൻ നമുക്ക് കഴിയില്ല. ഇവിടെ വ്യക്തിയുടെ അപ-കേന്ദ്രീകരണമാണ് നടക്കുന്നത്. വ്യക്തിക്ക് സ്വന്തം അസ്തിത്വം നഷ്ടപ്പെടുകയും അവൻ അമാനവികൻ ആയിത്തീരുകയും ചെയ്യുന്നു. ഇവിടെ അമാനവികൻ എന്നാൽ അകകേന്ദ്രിത മാനവികൻ എന്ന് അർഥം. ചുരുക്കത്തിൽ, ആധുനികതാവാദത്തിന്റെ വ്യക്തികേന്ദ്രിത വാദത്തെ അപ-നിർമിക്കുകയാണ് മുകുന്ദൻ നൃത്തം എന്ന നോവലി ലൂടെ ചെയ്യുന്നത്.

അവസാനമായി, വിശ്വാസ്യത നഷ്ടപ്പെട്ട ഒരു സമൂഹത്തെയാണ് ഈ നോവൽ പ്രതിനിധാനം ചെയ്യുന്നതെന്ന് കാണാൻ സാധിക്കും. ആര് എപ്പോൾ വേണമെങ്കിലും നമ്മെ കബളിപ്പിക്കാം എന്ന ബോധം ഈ നോവൽ നമുക്കു മുമ്പിൽ തുറന്നു തരുന്നു. അഗ്നിയുടെ കഥ അല്ലെ ങ്കിൽ ബാലകൃഷ്ണന്റെ കഥ ഒരു കെട്ടുകഥയായിരുന്നുവെന്നും ഇ മെ യിലിലൂടെ വന്ന ഈ കഥ ആരുടെയോ സങ്കൽപ്പമായിരുന്നുവെന്നും നാം മനസിലാക്കുമ്പോൾ അത്രയും സമയം കണ്ണുനട്ടിരുന്ന നമ്മെ നോവൽ വിഡ്ഢിയാക്കുന്നതായും നമുക്ക് തോന്നുന്നു. പക്ഷേ, ഇത് ഉത്തരാധുനിക പൗരനെ കാത്തിരിക്കുന്ന ഒരു അപകടമായി വേണം വിലയിരുത്തേണ്ടത്. സാങ്കേതിക മുതലാളിത്തം വിതച്ച ഒരു വിത്തിലെ

ഒരു കണ്ണി മാത്രമാണ് ഈ നോവലെന്നും അതുകൊണ്ട് നാം എപ്പോൾ വേണമെങ്കിലും ഈ സമൂഹത്തിൽ ചതിക്കപ്പെട്ടേക്കാമെന്ന് ഈ നോവൽ മുൻകരുതൽ നൽകുന്നു. അതുകൊണ്ട് ഈ നോവൽ ഒരു ആന്റി ക്ലൈ മാക്സ് നോവൽ ആണെന്ന് നാം ധരിക്കേണ്ടതില്ല. മറിച്ച്, ഇത് ഒരു ഓർമപ്പെടുത്തലാണ്. എന്തെന്നാൽ, എവിടെ എപ്പോൾ വേണമെങ്കിലും നാം കബളിപ്പിക്കപ്പെട്ടേക്കാമെന്ന മുൻകരുതൽ. അതുകൊണ്ട് ഈ നോവൽ ഒരുതരം പ്രതിബദ്ധത സൃഷ്ടിക്കുന്നുണ്ടെന്ന് നാം തിരിച്ചറി യേണ്ടിയിരിക്കുന്നു.

കേശവന്റെ വിലാപങ്ങൾ

ഉത്തരാധുനികത ആധുനികതാവാദത്തിന്റെ വിമർശനമാണെന്ന് പറ ഞ്ഞല്ലോ. എന്നാൽ ആധുനികതാവാദത്തെ അത് എങ്ങനെ ഖണ്ഡിക്കു ന്നുവെന്ന് വ്യക്തമാക്കേണ്ടിയിരിക്കുന്നു. അതിനായി ആധുനികതാവാദ ത്തിൽ മുകുന്ദന്റെ ഏറ്റവും പ്രശസ്ത നോവലായ *ഈ ലോകം അതി ലൊരു മനുഷ്യൻ* എന്ന കൃതിയും ഉത്തരാധുനിക നോവലുകളിൽ ഏറ്റവും പ്രശസ്തമായ *കേശവന്റെ വിലാപങ്ങൾ* എന്ന കൃതിയും ഒരു താരതമ്യത്തിന് വിധേയമാക്കുന്നു. അതിലൂടെ ആധുനികതാവാദത്തിന്റെ ഖണ്ഡനമാണ് ഉത്തരാധുനിക നോവൽ എന്ന് നമുക്ക് ബോധ്യമാവും.

അപ്പുവിൽനിന്ന് അപ്പുക്കുട്ടനിലേക്കുള്ള ദൂരത്തിന് രണ്ട് പ്രത്യയ ശാസ്ത്രങ്ങളുടെ ആശയസമരത്തിന്റെ ദൂരമുണ്ട്. മുകുന്ദൻ എന്ന നോവ ലിസ്റ്റിന്റെ കർതൃത്വ നിർമിതി ഇവിടെ നിർണായക ഘടകങ്ങളാകുന്നു. അതുകൊണ്ടുതന്നെ ഇതൊരു കർതൃത്വവായനയായി മാറുന്നു.

മലയാളത്തിലെ പ്രമുഖ നോവലിസ്റ്റായ മുകുന്ദന്റെ കഥാപാത്രങ്ങ ളാണ് അപ്പുവും അപ്പുക്കുട്ടനും. *ഈ ലോകം അതിലൊരു മനുഷ്യൻ* എന്ന നോവലിലെ കഥാപാത്രമാണ് അപ്പുവെങ്കിൽ *കേശവന്റെ വിലാപ ങ്ങളിലെ* കഥാപാത്രമാണ് അപ്പുക്കുട്ടൻ. ഇവർക്കു രണ്ടുപേർക്കും അപ്പു എന്ന പൊതുപേർ യോജിക്കുമെങ്കിലും മുകുന്ദൻ എന്ന നോവലിസ്റ്റിന്റെ രണ്ടവസ്ഥകളുടെ പരിണാമദിശയിലേക്ക് വെളിച്ചംവീശാൻ അതു സഹാ യിക്കും.

ഈ ലോകം അതിലൊരു മനുഷ്യൻ എന്ന കൃതി ആധുനികതയുടെ കോളേജ് ക്യാമ്പസുകളിലും തിയേറ്ററുകളിലും കോഫിഹൗസുകളിലും ചൂടേറിയ ചർച്ചകൾക്ക് വിധേയമാക്കാൻ വഴിയൊരുക്കിയെങ്കിൽ *കേശ വന്റെ വിലാപങ്ങൾ* ഇന്നിന്റെ അഥവാ ഉത്തരാധുനികതയുടെ വായന യുടെ വാർപ്പുകളിലൂടെ ഒഴുകി വികസിക്കുകയാണ് ചെയ്യുന്നത്. ഇത് വ്യത്യസ്തങ്ങളായ രണ്ട് അവസ്ഥകളോട് അപ്പു എന്ന പൊതുകഥാ പാത്രം എങ്ങനെ പ്രതികരിക്കുന്നുവെന്നത് പ്രസക്തമാണ്.

അപ്പു സദാശിവനും മീനാക്ഷിക്കും ഉണ്ടായ ഏകമകനാണ്. അച്ഛൻ മംസ് പിടിപെട്ട് പ്രത്യുൽപ്പാദനശേഷി നഷ്ടപ്പെട്ടതിനാൽ അപ്പു ഏക സന്താനമായി മാറി. അപ്പുക്കുട്ടനാകട്ടെ അനന്തകൃഷ്ണന്റെയും ശ്രീദേ

വിയുടെയും ഏക സന്താനമാണ്. രണ്ടാം പ്രസവത്തിൽ ശ്രീദേവിയും കുട്ടിയും മരിച്ചതിനാൽ അപ്പുക്കുട്ടൻ അനന്തകൃഷ്ണന് ഏക മകനായി. അപ്പുക്കുട്ടന് അമ്മയില്ലെന്ന് പറയുന്നതുപോലെ അപ്പുവിനും അമ്മയില്ലെന്നു പറയാം. കാരണം, നോവലിൽ മീനാക്ഷിയുടെ സാന്നിധ്യം അസാന്നിധ്യത്തെയാണ് വിളിച്ചറിയിക്കുന്നത്. അപ്പുവിന്റെ അമ്മ മീനാക്ഷി നോവലിൽ മർമഭാഗത്തേക്ക് കടക്കുമ്പോൾ ഒരു അധികപ്പറ്റായി മാറുന്നു.

അതുകൊണ്ടുതന്നെ ഈ നോവലുകളിലും പിതൃ-പുത്ര ബന്ധ ത്തിനാണ് പ്രാധാന്യം. അച്ഛന്റെയും മകന്റെയും ജീവിതത്തോടുള്ള വീക്ഷണ വൈപരീത്യം രണ്ടു നോവലുകളിലും പ്രസക്തമാണ്. അപ്പു വും അപ്പുക്കുട്ടനും അച്ഛന്റെ വീക്ഷണങ്ങളെ പിൻപറ്റാൻ ആഗ്രഹിക്കു ന്നില്ല. അല്ലെങ്കിൽ അച്ഛനിൽനിന്നുള്ള മോചനമാണ് അവരുടെ കർമ പഥങ്ങളിലേക്കുള്ള ചൂണ്ടുപലകയായി മാറുന്നത്. അപ്പുവിലും അപ്പു ക്കുട്ടനിലും അച്ഛനിൽനിന്ന് മോചനം നേടാൻ കൊതിക്കുന്ന പുത്രന്റെ വാഞ്ഛ കാണാം. ഓക്സ്ഫോർഡിൽ പഠിച്ച അപ്പുവിന്റെ അച്ഛന് അവനെ ഫോറിൻ സർവീസിൽ ചേർക്കാനാണ് ആഗ്രഹം.

ഒരു ഡിപ്ലോമാറ്റായി അപ്പു ലോകം ചുറ്റിക്കാണട്ടേ. അതാണ് സദാ ശിവന്റെ ആഗ്രഹം.

കോട്ടും സൂട്ടും ധരിച്ച് അവൻ ഒരു മാന്യനായി കാണാനായിരുന്നു സദാശിവന്റെ ആഗ്രഹം. പക്ഷേ അവൻ ചെന്നെത്തിയതോ

രാജീന്ദറിന്റെ ഉടയാത്ത സൂട്ട്. ചീകിവച്ച തിളക്കമുള്ള മുടി. അപ്പു വിന് മനംപുരട്ടൽ തോന്നി. ഈയിടെയായി അവനങ്ങനെയാണ്. മാന്യരെ കാണുമ്പോൾ ഓക്കാനിക്കാൻ വരും.

ഇതേ വൈപരീത്യം അപ്പുക്കുട്ടനിലും അനന്തകൃഷ്ണനിലും കാണാൻ സാധിക്കും. പക്ഷേ, ഒരു വ്യത്യാസം മാത്രം; നക്സലൈറ്റാ യിരുന്ന അനന്തകൃഷ്ണന് തന്റെ മകൻ തന്റെ പാതയിൽ വരുന്നത് ഇഷ്ടമല്ലായിരുന്നു. മറിച്ച് അയാളുടെ ആഗ്രഹം ഇങ്ങനെയായിരുന്നു:

നിന്നെ ഞാൻ ബി എ വരെ മാത്രമേ പഠിപ്പിക്കുകയുള്ളൂ. അതിന പ്പുറം നീ പഠിക്കരുത്. ഗ്രാജുവേഷൻ കഴിഞ്ഞാൽ ആരുടെയെങ്കി ലും കാലുപിടിച്ചോ കോഴകൊടുത്തോ ഞാൻ നിനക്ക് ഒരു ക്ലാർ ക്കിന്റെ ഉദ്യോഗം ശരിപ്പെടുത്തിത്തരും. ഒരു സർക്കാർ ആപ്പീസിൽ തന്നെ. അങ്ങനെ നീ പാന്റിട്ട് കാലിൽ ഹവായ് ചപ്പലും കീശ യിൽ ഒരു ബോൾപ്പെന്നുമായി ആപ്പീസിലേക്കു പോകുക.

പക്ഷേ, അപ്പുക്കുട്ടന്റെ ആഗ്രഹം എന്തായിരുന്നു?

അപ്പുക്കുട്ടാ നീയ്ന്നോട് ഒരുപാട് ചോദ്യങ്ങൾ ചോദിച്ചു. ഇനി

ഞാനൊരു ചോദ്യം ചോദിക്കാം. നിയ്യ് വലുതായാൽ ആരാകും?
– രക്തസാക്ഷി.

ഒരുദാഹരണം കൂടി.

വലുതായാൽ പല നാടുകളിലും യാത്രചെയ്യണം എന്ന് അപ്പു
ക്കുട്ടൻ നിശ്ചയിച്ചിട്ടുണ്ട്. അത് കാവിയുടുത്ത അച്ഛന്റെ കൂടെയാ
യിരിക്കരുത് എന്ന് അവന് നിർബന്ധമുണ്ട്.

അങ്ങനെ അപ്പുവും അപ്പുക്കുട്ടനും അച്ഛനിൽനിന്ന് വേർപിരിയാനും
അതിൽക്കൂടി തങ്ങളുടെ അസ്തിത്വത്തിന് അർഥമന്വേഷിക്കാനും മുതി
രുന്നതായി കാണാം. ഇവിടെ അച്ഛൻ/മകൻ എന്ന ബന്ധം വിപരീത
ദ്വന്ദ്വങ്ങളിൽ പുരോഗമിക്കുന്നു. അച്ഛന്റെ ഇച്ഛകൾ പൂരിപ്പിക്കാതെ അപ്പു
വും അപ്പുക്കുട്ടനും സ്വന്തം പാത സ്വയം തെരഞ്ഞെടുക്കുകയയും അതിൽ
തങ്ങളുടെ അസ്തിത്വത്തെ തിരിച്ചറിയുകയും ചെയ്യുന്നു. അതുകൊണ്ടു
തന്നെ തലമുറയുടെ തുടർച്ച ഈ രണ്ട് നോവലുകളും നിരാകരിക്കുന്നു.

ആഖ്യാനരീതിയിലുള്ള സമാനത ഈ രണ്ടു നോവലിനും തുല്യ
മായി അവകാശപ്പെടാം. ഈ *ലോകം അതിലൊരു മനുഷ്യനിൽ* റോസ്മേ
രിയോട് അപ്പു തന്റെ കഥ പറഞ്ഞുകൊടുക്കുകയാണ് ചെയ്യുന്നത്.
ശ്രോതാവിന്റെയും കഥാകാരന്റെയും പ്രഭാവം അവിടെ പ്രത്യക്ഷമാണ്.
നോവലിന്റെ അവസാനംവരെ ഇത് നീണ്ടുനിൽക്കുന്നു. *കേശവന്റെ വിലാ*
പങ്ങളിലാകട്ടെ നോവലിസ്റ്റ് തന്റെ കഥാപാത്രത്തിന്റെ കഥ അടുക്കും
ചിട്ടയിലും അവതരിപ്പിക്കുന്നു. ഇവിടെ ശ്രോതാവിന്റെ സ്ഥാനം വായ
നക്കാരൻ നിർവഹിക്കുന്നു എന്നൊരു വ്യത്യാസം മാത്രമേയുള്ളൂ.
ആഖ്യാനം ആദിമധ്യാന്ത രീതിയെ പിൻപറ്റുകയും ചെയ്യുന്നു. ഇവിടെ
ശ്രോതാവ് ......> കഥാകാരൻ, വായനക്കാരൻ ......> കഥാകാരൻ എന്നിവ
ഏറ്റക്കുറച്ചിലില്ലാതെ വികസിക്കുന്നു.

അസ്തിത്വാന്വേഷണങ്ങളിൽ അപ്പുവിനെയും അപ്പുക്കുട്ടനെയും
സഹായിക്കുന്നത് ഗുരുവിന്റെ സാന്നിധ്യമാണ്.

അക്തർ അലിയെ ഗുരുവായി അപ്പു ഇതിനകം സ്വീകരിച്ചുകഴി
ഞ്ഞു. മനുഷ്യബുദ്ധിക്ക് ഭാവന ചെയ്യുവാൻ കഴിയാത്ത വർണ
ങ്ങളെ പാകപ്പെടുത്തിയെടുക്കുവാൻ മറ്റാർക്കുമില്ലാത്ത ഒരു
ഇന്ദ്രിയം അയാൾക്കുണ്ടല്ലോ, ഭാംഗ് എന്ന ഇന്ദ്രിയം. പഞ്ചേന്ദ്രിയ
ങ്ങൾ കൂടാതെ ആറാമതൊരു ഇന്ദ്രിയത്തിന്റെ സഹായത്തോടെ
വരയ്ക്കുന്ന പെയ്ന്റിങ്ങുകൾ. അപ്പുവിന് അതൊക്കെ മനസിലാ
വും. ഒരു നർക്കോട്ടിക്ക് സെൻസ്, അപ്പുവും അത് വളർത്തിയെടു
ക്കുകയായിരുന്നു. അതുകൊണ്ടാണ് അക്തർ അലിയെ അവനു
മനസിലാക്കാൻ കഴിഞ്ഞത്.

ഇവിടെ അപ്പുവിനെ (അവന്റെ അസ്തിത്വാന്വേഷണത്തെ) ലഹരി
യിലേക്ക് കൂട്ടിക്കൊണ്ടുപോകുന്നതിൽ തന്റെ ഗുരുവിനുള്ള പങ്ക് വെളി

വാകുന്നു. പക്ഷേ, അപ്പുക്കുട്ടന്റെ അന്വേഷണം മറ്റൊരു രീതിയിലാണ്
വികസിക്കുന്നത്. തന്റെ വിഗ്രഹമായ ഇ എം എസിലേക്കുള്ള വഴികാട്ടി
യുടെ രൂപമാണ് ഗുരുവായ ആമൻ സാറിന് അപ്പുക്കുട്ടൻ നൽകിയിരി
ക്കുന്നത്.

മുമ്പ് കർഷകസമരങ്ങളെക്കുറിച്ചും പൊലീസ് മർദനത്തെക്കുറിച്ചും
രക്തസാക്ഷികളെക്കുറിച്ചും മറ്റും അപ്പുക്കുട്ടനു പറഞ്ഞുകൊടു
ത്ത് ആമൻ സാറായിരുന്നുവല്ലോ. ഇപ്പോൾ അവൻ ആ അറി
വുകൾ പൂർത്തിയാക്കുന്നതും പുതിയ അറിവുകൾ നേടുന്നതും
പുസ്തകങ്ങളിലൂടെയാണ്. കൈയിൽകിട്ടുന്ന കാശത്രയും അവൻ
ചിന്ത പബ്ലിക്കേഷന്റെ പുസ്തകങ്ങൾ വാങ്ങുവാൻ ചെലവഴിക്കു
കയാണ്.

അപ്പുവിന് ഗുരുവായ അക്തർ അലി അവസാന വാക്കാണെങ്കിൽ
അപ്പുക്കുട്ടന് ആമൻ സാർ ഇ എം എസിലേക്കെത്തൊനുള്ള ചവിട്ടുപടി
കളിലൊന്നാണ്.

അപ്പുവിന്റെയും അപ്പുക്കുട്ടന്റെയും കുടുംബ പശ്ചാത്തലവും
പ്രായവും ഒരു ചിന്താവിഷയം തന്നെയാണ്. *ഈ ലോകം അതിലൊരു
മനുഷ്യൻ* എന്ന കൃതി അപ്പുവിന് ഇരുപത്തിനാല് വയസാകുന്നതുവ
രെയുള്ള കഥയാണ്. *കേശവന്റെ വിലാപങ്ങൾ* ആകട്ടെ അപ്പുക്കുട്ടന്
പതിനഞ്ച് വയസാകുന്നതുവരെയും. അപ്പുവിന്റെ അനുഭവം നോക്കാം.

റോസ്മേരി, ആ ദിവസത്തിനു മറ്റൊരു പ്രത്യേകത കൂടിയുണ്ട്.
അന്നാണ് ഞാനാദ്യമായി മദ്യപിച്ചത്. അതേ റോസ്മേരി, പതി
നഞ്ചാം വയസിൽ ഞാൻ മദ്യപിച്ചു. എന്റെ അച്ഛന്റെ മുന്നിലിരു
ന്ന്.

അപ്പുക്കുട്ടന്റെ പതിനഞ്ചാം വയസ്സ് നേരെമറിച്ച് ഒരു ദുരന്തത്തിന്റെ
കഥ പറയുന്നു.

പതിനഞ്ച് വയസുള്ള ഏതെങ്കിലും ഒരു കുട്ടി ആരെയെങ്കിലും
കൊന്നിട്ടുണ്ടോന്ന് നോക്കാനാ, ന്റെ അപ്പൂട്ടന് ഗിന്നസ്ബുക്കിൽ
ഒരു സ്ഥാനം കിട്ടുന്ന്ച്ചാല് വല്ല്യം നേട്ടംല്ലേ?

ഇവിടെ അപ്പുവിന്റെ കുടുംബപശ്ചാത്തലം അവനെ പതിനഞ്ചാം
വയസിൽ തന്നെ മുതിർന്നവനായി പ്രഖ്യാപിക്കുകയായിരുന്നു. അതു
കൊണ്ടാണല്ലോ അച്ഛന്റെ മുന്നിൽ അവന് മദ്യപിക്കാൻ അവസരമുണ്ടാ
ക്കിക്കൊടുത്തത്. ഉന്നതവർഗത്തിന്റെ ഉദാരസദാചാരമായാണ് മുകുന്ദൻ
ഈ പശ്ചാത്തലത്തെ കൈകാര്യം ചെയ്യുന്നതെന്നു വ്യക്തം. നേരെമ
റിച്ച് അപ്പുക്കുട്ടനിൽ എത്തുമ്പോൾ പതിനഞ്ചാം വയസ്സ് അറി
വില്ലായ്മയുടെ പ്രായമായി മാറുന്നു. ഇത് മധ്യവർഗത്തിന്റെ സാമൂഹ്യ

ബോധത്തെയാണ് കാണിക്കുന്നത്. അപ്പുവിനെ സംബന്ധിച്ച് പതി
നഞ്ചാം വയസ്സ് പക്വതയുടെ പ്രായവും അപ്പുക്കുട്ടനെ സംബന്ധിച്ച് അത്
അറിവില്ലായ്മയുടെ പ്രായവും ആകുന്നത് വ്യത്യസ്ത സമൂഹത്തിന്
അനുവദിക്കുന്ന 'സാമൂഹ്യപാഠ'ങ്ങളുടെ വീക്ഷണ വൈപരീത്യമാണ്.

രണ്ടു നോവലുകളും മുന്നോട്ടുവയ്ക്കുന്ന പൊതുമണ്ഡലം പരാ
മർശിക്കാതെ വയ്യ. അപ്പുവിന്റെ നഗരം ഡൽഹിയാണ്. അപ്പുക്കുട്ടന്റെ
യാവട്ടെ കണ്ണൂരും. 60 കളിലാണ് അപ്പുവിന്റെ ലോകം. നേരെമറിച്ച് അപ്പു
ക്കുട്ടന്റെ ലോകം എഴുപതുകളും. ഡൽഹിയിലെ പൊതുമണ്ഡലത്തിന്
നോവലിൽനിന്ന് ഉദാഹരണം തേടാം.

> ബീറ്റിൽസും ബീറ്റ് മ്യൂസിക്കുമെല്ലാം ചെറുപ്പക്കാരെ മഞ്ഞപ്പനി
> പോലെ ബാധിച്ചകാലം. പെൺകുട്ടികൾ ബ്ലൗസിന്റെ ഉള്ളിൽ
> ബീറ്റിൽസിന്റെ പടങ്ങൾകൊണ്ടു നടക്കുന്നു. എവിടെയെങ്കിലും
> ബീറ്റ് മ്യൂസിക്കിന്റെ ഒച്ച കേൾക്കുമ്പോഴേക്കും ചെറുപ്പക്കാർ
> ലോകം മറന്ന് അങ്ങോട്ടേക്ക് ഓടുകയായി.

> കേളികേട്ട ബീറ്റുഗായകർ അന്ന് എൽഡോറാഡോവിൽ ഭൂകമ്പം
> സൃഷ്ടിച്ചു. സൈക്കഡെലിക്ക് യുഗത്തിന്റെ സന്തതികൾ അന്ന്
> അവിടെ അടിഞ്ഞുകൂടി. ആ പരിപാടിക്ക് ശേഷമായിരുന്നു തല
> മുടി വളർത്തുകയും കഞ്ചാവു വലിക്കുകയും ചെയ്യുന്ന ചെറുപ്പ
> ക്കാരെ കൂടുതലായി കാണാൻ തുടങ്ങിയത്.

ഇവിടെ കണ്ണൂരിൽ സ്ഥിതി നേരെമറിച്ചായിരുന്നു. കമ്യൂണിസ്റ്റ് വിപ്ല
വത്തിന്റെ (രണ്ടാം സ്വാതന്ത്ര്യസമരത്തിന്റെ) അഗ്നി വിട്ടുമാറിയിട്ടില്ല.
വായനയുടെയും കൂട്ടായ്മയുടെയും ഒരുസമൂഹം ഇവിടെ ഉദയംകൊണ്ടു.

> എന്തിനാണ് പാർട്ടിയാഫീസിൽ പോകുന്നതിന് അച്ഛൻ വിലക്കു
> കൽപ്പിക്കുന്നത് എന്ന് അപ്പുക്കുട്ടന് മനസിലായില്ല. അവൻ മാത്ര
> മല്ല വേറെയും എത്രയോ ആൾക്കാർ അവിടെ പതിവായി ചെന്നി
> രിക്കാറുണ്ട്. ചില നേരങ്ങളിൽ അവിടെ ചെന്നാൽ ഇരിക്കാൻ ഇടം
> പോലും കിട്ടില്ല. ഓട്ടോറിക്ഷക്കാരും ബീഡി തെറുക്കുന്നവരും മാത്ര
> മല്ല, അധ്യാപകരും ഉദ്യോഗസ്ഥന്മാരുമെല്ലാം അവിടെ പതിവ്
> സന്ദർശകരാണ്. രാഷ്ട്രീയം സംസാരിക്കാൻ മാത്രമല്ല വായിക്കു
> വാനും പുസ്തകങ്ങൾ കടമെടുക്കുവാനും വരുന്നവരുമുണ്ട്.

മലയാളസാഹിത്യത്തെ സംബന്ധിച്ചിടത്തോളം ഡൽഹി കേന്ദ്രീ
കരിച്ചാണ് ആധുനികത ശക്തി പ്രാപിച്ചത്. ആനന്ദ്, വിജയൻ, വി കെ
എൻ, എം മുകുന്ദൻ എന്നിങ്ങനെ പട്ടിക നീളുന്നു. അതേസമയം കേരള
ത്തിൽ കമ്യൂണിസ്റ്റ് പാർട്ടി ഓഫീസുകൾ കേന്ദ്രീകരിച്ച് ഒരു പൊതു
മണ്ഡലം വളർന്നുകൊണ്ടിരുന്നു. ഇവയുടെ വളർച്ച സമാന്തരവും പൊരു
ത്തപ്പെടാത്തതുമായിരുന്നുവെന്ന് കാണാം. ആധുനികതയുടെ പിന്തിരി

പ്പൻ നയങ്ങളെ ചെറുക്കാൻ കേരളത്തിൽ ഉദയംകൊണ്ട കമ്യൂണിസ്റ്റ് പൊതുമണ്ഡലം അവയുടെ പ്രവർത്തനങ്ങൾ സാർഥകമായി മുന്നോട്ടു കൊണ്ടുപോയി. മുകളിൽക്കൊടുത്തിരിക്കുന്ന ഉദാഹരണം ഇത് ശരി വയ്ക്കുന്നതാണ്.

അപ്പു ഭാഷയിലേക്ക് എത്തപ്പെടുന്നു. പുതിയ പദങ്ങൾക്ക് അർഥം തേടുന്നു. ഈ അന്വേഷണം മറ്റൊരു തരത്തിൽ നോവലിന്റെ പ്രത്യയ ശാസ്ത്രത്തെ വരച്ചുകാട്ടുന്നു.

Maraschino (n) - Liquor made from cherries.

Menshevik (n) - Russian socialist of more moderate party.

Menstruation (n) - Monthly discharge from the womb.

ഈ വാക്കുകൾ അപ്പു ഡിക്ഷ്ണറിയിൽനിന്ന് കണ്ടെടുത്ത് അർഥം മനസിലാക്കുന്നതാണ്. മെൻസ്ട്രുവേഷന്റെ അർഥം തിരഞ്ഞാണ് അപ്പു ഈ മൂന്ന് വാക്കുകളിലേക്ക് എത്തുന്നത്. പക്ഷേ, ഈ വാക്കുകൾക്ക്, അവയുടെ അർഥങ്ങൾക്ക് നോവലിന്റെ ഘടനയുമായി അടുത്തബന്ധ മുണ്ട്. അഥവാ ആധുനികനായ മുകുന്ദനെ നയിച്ചത് ഈ അർഥങ്ങൾ മുന്നോട്ടുവയ്ക്കുന്ന പ്രത്യയശാസ്ത്രങ്ങൾ ആണ്. ഇനി ഈ വാക്കു കൾക്ക് സ്വതന്ത്രമായി ഒരു വ്യാഖ്യാനം നൽകാൻ ശ്രമിക്കാം. ആദ്യത്തെ വാക്ക് ലഹരിയെയും രണ്ടാമത്തെ വാക്ക് മൃദു വിപ്ലവത്തെയും മൂന്നാ മത്തെ വാക്ക് ലൈംഗികതയെയും പ്രതിനിധീകരിക്കുന്നത് കാണാം. മുകുന്ദന്റെ ആധുനികതയ്ക്ക് ഈ മൂന്ന് സ്വഭാവങ്ങളും പ്രകടമായിരുന്നു വെന്ന് അദ്ദേഹത്തിന്റെ കൃതികൾ വായിക്കുന്ന ഏതൊരാൾക്കും മനസി ലാവുന്നതാണ്. അങ്ങനെ അപ്പുവിന്റെ ഭാഷയിലേക്കുള്ള പ്രവേശനം മറ്റൊരു തരത്തിൽ മുകുന്ദന്റെ (എഴുത്തുകാരന്റെ) പ്രത്യയശാസ്ത്രത്തെ അനാവൃതമാക്കുന്നതിൽ പങ്കാളിയാവുന്നു. പക്ഷേ, *കേശവന്റെ വിലാപ ങ്ങളിൽ* എത്തുമ്പോഴേക്ക് മുകുന്ദൻ തന്റെ ഈ മൂന്ന് നിലപാടുകളിൽ സമൂലമായി മാറ്റം വരുത്തുന്നു. ഭാംഗ്, കഞ്ചാവ് തുടങ്ങി ലഹരി പദാർഥ ങ്ങളിലൂടെയുള്ള അസ്തിത്വാന്വേഷണം അദ്ദേഹം ഉപേക്ഷിക്കുന്നു. കേശ വന്റെ നോവലിന്റെ അവസാനഭാഗത്ത് മദ്യം ഉപയോഗിക്കുന്നുവെങ്കിലും അതിനെ ദാർശനികവൽക്കരിക്കുന്നില്ലായെന്നുള്ളത് പ്രധാനമാണ്. അതു കൊണ്ടുതന്നെ അസ്തിത്വാന്വേഷണവും ലഹരിയും *കേശവന്റെ വിലാപ ങ്ങളിൽ* മുകുന്ദൻ കൂട്ടിക്കുഴയ്ക്കുന്നില്ല.

രണ്ടാമത്തെ വാക്കായ 'മെൻഷെവിക്ക്' റഷ്യയിലെ മൃദുവിപ്ലവത്തെ പ്രതിനിധാനം ചെയ്യുന്നു. മുകുന്ദന്റെ *ഡൽഹി* എന്ന ആധുനിക നോവ ലിൽ റൊഡേറിഗോ, ഈവ്‌ലിൻ കസാബാക്കി, ഫ്രെഡറിക്ക് തോമസ്, എമ്മാനുവെൽ ഒക്കുവ, അരവിന്ദൻ എന്നിവർ ചേർന്ന് ഒരു മൃദുവിപ്ലവ ത്തിന് പശ്ചാത്തലം ഒരുക്കുന്നത് കാണാൻ സാധിക്കും. അതുകൊണ്ട് *ഡൽഹി* മൃദുവിപ്ലവത്തെ സ്വാഗതം ചെയ്യുന്നതായി പറയാം. എന്നാൽ *കേശവന്റെ വിലാപങ്ങളിൽ* എത്തുമ്പോൾ അദ്ദേഹം ബോൾഷെവിക്കു കളോട് സന്ധിചേരുന്നു. പുരോഗമന സാഹിത്യത്തിലെ ബോൾഷെവിക്ക്

പ്രവണതയും അതിനു ചുക്കാൻ പിടിച്ച ഇ എം എസും തന്റെ നോവ
ലിന്റെ പശ്ചാത്തലമാകുന്നത് ഈ ഘട്ടത്തിലാണ്.

ആദിശങ്കരനെക്കുറിച്ച് ഞാൻ എഴുതാതിരിക്കുകയും ശങ്കരൻ നമ്പൂ
തിരിപ്പാടിനെക്കുറിച്ച് എഴുതുകയും ചെയ്യുമ്പോൾ എന്റെ നിലപാട്
വ്യക്തമാകുന്നു. ഈ നിലപാടിന് ഒരു ആമുഖമോ അനുബന്ധമോ
ആവശ്യമില്ലാതെ വരുന്നു. എന്റെ ഈ നിലപാട് വിശദീകരിക്കാൻ
എനിക്ക് ഒരു വേദിയുടെയോ പത്രമാസികയുടെയോ, ടി വി ക്യാമറ
യുടെയോ ആവശ്യമില്ല.

അദ്ദേഹം തന്റെ നോവൽ സമർപ്പിച്ചിരിക്കുന്നത് ഇ എം എസിനാണ്
എന്നുള്ളത് ഈ വാദം ശരിവയ്ക്കുന്നു.

മൂന്നാമത്തെ വാക്കായ 'ലൈംഗികത' മുകുന്ദന്റെ ആധുനികതാവാ
ദത്തിന്റെ നട്ടെല്ലായിരുന്നു. *ഈ ലോകം അതിലൊരു മനുഷ്യൻ* എന്ന
കൃതി അതിന് ഉത്തമ ഉദാഹരണമാണ്. ലൈംഗികതയിലൂടെയാണ് അപ്പു
തന്റെ അസ്തിത്വത്തെ തിരിച്ചറിയുന്നത്.

അപ്പുവിന് സ്ത്രീ ഒരു ബലഹീനതയാണ്. ആ ബലഹീനതയുടെ
സ്ഫോടനം അവർ കണ്ടതാണല്ലോ.

മീനാക്ഷിയുടെ ഈ വിലയിരുത്തൽ അപ്പുവിന്റെ ബലഹീനതയാണ്
കാണിക്കുന്നതെങ്കിലും നോവലിൽ അതിനെ ദാർശനികവൽക്കരിക്കുക
യാണ് മുകുന്ദൻ. പക്ഷേ, *കേശവന്റെ വിലാപങ്ങളിൽ* എത്തുമ്പോൾ
മുകുന്ദന്റെ മറ്റൊരു വെളിപ്പെടുത്തൽ നാം ശ്രദ്ധിക്കും.

രതിയെപ്പറ്റി എഴുതാൻ ആഗ്രഹിക്കാത്ത കേശവൻ വിമ്മിഷ്ട
ത്തോടെ അവിടെ അങ്ങനെ ഇരുന്നു.

രതിയെ ദാർശനികവൽക്കരിച്ച ആധുനികനിൽനിന്ന് *കേശവന്റെ
വിലാപങ്ങളിൽ* എത്തുമ്പോൾ 'ലൈംഗിക അരാജകത്വം' എന്ന ആശ
യത്തെ മുകുന്ദൻ ഉപേക്ഷിക്കുന്നതായിക്കാണാം. അത് മുകുന്ദന്റെ കർതൃ
ത്വങ്ങളിൽ സംഭവിച്ച വീക്ഷണവൃതിയാനമാണ്.

അപ്പുവിൽ പ്രതിബദ്ധത അന്വേഷിക്കുമ്പോൾ ഒരു വാചകം ശ്രദ്ധേ
യമാകുന്നു.

അപ്പു അപ്പുവിനുവേണ്ടിയായിരുന്നില്ല ദുഃഖിച്ചത്, ഡാഡിയെയും
മമ്മിയെയും ചൊല്ലിയായിരുന്നു.

പ്രത്യക്ഷത്തിൽ ഇത് ഒരു പ്രതിബദ്ധതയായി തോന്നാമെങ്കിലും
അപ്പുവിന്റെ തുടർപ്രവൃത്തികൾ ഇത് സ്ഥിരീകരിക്കുന്നില്ല. കുടുംബം
എന്ന എസ്റ്റാബ്ലിഷ്മെന്റിനെ അംഗീകരിക്കാത്ത അപ്പുവിന് ആരോടെ
ങ്കിലും പ്രതിബദ്ധതയുണ്ടായിരുന്നുവെങ്കിൽ അത് അവനോട് മാത്രമായി

രുന്നു. സ്വയ പ്രതിബദ്ധതയയാണ് ഏറ്റവും വലിയ പ്രതിബദ്ധത എന്ന അവസ്ഥയിലേക്ക് അയാൾ മാറിക്കഴിഞ്ഞിരുന്നു.

കേശവന്റെ വിലാപങ്ങളിൽ എത്തുമ്പോൾ പ്രതിബദ്ധതാചർച്ച അപ്പുക്കുട്ടനിൽനിന്ന് കേശവൻ എന്ന നോവലിസ്റ്റിലേക്ക് വികസിക്കു ന്നു. കേശവൻ പറയുന്നു:

> സ്വന്തം വിശ്വാസങ്ങളുടെ, അവ ചെറുതോ വലുതോ ആയിക്കൊ ള്ളട്ടെ, പ്രചാരകനാകുവാൻ ഞാൻ ആഗ്രഹിക്കുന്നില്ല, ആശയ ങ്ങളുടെ ബാഹ്യവൽക്കരണം ഒരു ആനക്കെണിയിലേക്കാണ് എന്നെ നയിക്കുക എന്ന് ഞാൻ തിരിച്ചറിയണം. ആശയങ്ങളുടെ ബാഹ്യവൽക്കരണം ആ ആശയങ്ങളെത്തന്നെ ക്രമേണ ഇല്ലാ താക്കിത്തീർക്കുകയാണ് ചെയ്യുന്നത് എന്നു ഞാൻ മനസിലാക്ക ണം.

ഇവിടെ ആധുനികതാവാദം ആശയങ്ങളുടെ ബാഹ്യവൽക്കരണ ത്താൽ നാശോന്മുഖമായതിന്റെ ചിത്രവും ഇനി താൻ ആശയങ്ങളുടെ പ്രചാരകനാവില്ല എന്ന പ്രഖ്യാപനവും കാണാൻ സാധിക്കും. ഇത് യഥാർഥത്തിൽ മുകുന്ദൻ എന്ന നോവലിസ്റ്റിന്റെ കർതൃത്വവീക്ഷണ പരി ണാമത്തെയാണ് കാണിക്കുന്നത്.

> നിങ്ങൾ പ്രസക്തി കാണേണ്ടത് എന്നിലല്ല. എന്റെ രചനകളിൽ മാത്രമാണ്.

ഇവിടെ കേശവൻ ഉന്നയിക്കുന്ന പ്രതിബദ്ധത എഴുത്തുകാരന് അവന്റെ കൃതിയോടുള്ള പ്രതിബദ്ധതയാണ്, ഒപ്പം വായനക്കാരോടും. അതിനപ്പുറത്തേക്ക് ആശയങ്ങളുടെ പ്രചാരകനാവാനുള്ള വിമുഖതയും വ്യക്തമാകുന്നു. അതേസമയം, കേരളത്തിലെ രണ്ടാം സ്വാതന്ത്ര്യസമര ത്തെ വ്യക്തമായി നോക്കിക്കാണാനും അതിന് വ്യാഖ്യാനം ചമയ്ക്കാനും സാംസ്കാരിക വിമർശനത്തെ ഉയർത്തിപ്പിടിക്കുകയും ചെയ്യുന്നു. ഇത് മുകുന്ദന്റെ കഥാപാത്രങ്ങളുടെ കർതൃത്വ പരിണാമത്തെയാണ് സൂചിപ്പി ക്കുന്നത്.

ചുരുക്കത്തിൽ അപ്പുവിന്റെയും അപ്പുക്കുട്ടന്റെയും അസ്തിത്വാന്വേ ഷണങ്ങൾക്ക് വിരുദ്ധമുഖമാണ് ഉള്ളത്. അപ്പുവിനെ ദാർശനികനാക്കാ നുള്ള പ്രയത്നമാണ് *ഈ ലോകം അതിലൊരു മനുഷ്യനിൽ* മുകുന്ദൻ നിർവഹിക്കുന്നതെങ്കിൽ അപ്പുക്കുട്ടനെ ചരിത്രത്തോട് ചേർത്ത് വിലയി രുത്തുകയാണ്, *കേശവന്റെ വിലാപങ്ങൾ* നമ്മോട് ആഹ്വാനം ചെയ്യുന്നത്. രണ്ട് കാലഘട്ടത്തിന്റെ പ്രതിനിധികളാണ് അപ്പുവും അപ്പുക്കുട്ടനും. അതുകൊണ്ടുതന്നെ അവർ മുന്നോട്ടുവയ്ക്കുന്ന പ്രത്യയശാസ്ത്രങ്ങൾക്ക് വിരുദ്ധമുഖമാണ് ഉള്ളത്. ഇത് മുകുന്ദനിൽ സംഭവിച്ച കർതൃത്വവീക്ഷണ വൃതിയാനമാണെന്ന് പറയേണ്ടിയിരിക്കുന്നു.

അനുബന്ധം

ഈ പഠനം 'ത്രിമാന കർത്തൃത്വ' പഠനം ആണ്. അഥവാ മൂന്ന് കർതൃത്വ വീക്ഷണങ്ങൾ ആണ് ഇവിടെ പഠിക്കുന്നത്. ആദ്യത്തെ കർതൃ ത്വം ആധുനികതാവാദ കർത്യത്വമാണ്. ഇത് വ്യക്തികേന്ദ്രിതമായ അസ്തിത്വവാദ കർത്ത്യത്വങ്ങളെക്കുറിച്ചുള്ള പഠനമാണ്. രണ്ടാമത്തേത് കോളനി-കോളനിയാനന്തര കർത്തൃത്വമാണ്. ഇത് മൂന്നാം ലോക രാജ്യ ത്തിലെ പൗരന്മാരുടെ കീഴാളത്ത ബോധത്തെക്കുറിച്ച് ചർച്ചചെയ്യുന്നു. അവസാനത്തേതും മൂന്നാമത്തേതുമായ കർത്തൃത്വമാകട്ടെ ഉത്തരാധു നിക കർത്തൃത്വമാണ്. ഇത് അപ-കേന്ദ്രീകരിക്കപ്പെട്ട അമാനവിക കർത്തൃത്വങ്ങളെക്കുറിച്ചുള്ള പഠനമാകുന്നു.

ഇവിടെ മുകുന്ദന്റെ നോവലുകളെ മൂന്ന് ഘട്ടങ്ങളിലായി തരംതി രിച്ച് പഠിക്കുകയാണ്. ആധുനികതാവാദത്തിൽ, കോളനി-കോളനിയാ നന്തരവാദത്തിൽ, ഉത്തരാധുനിക ഘട്ടത്തിൽ ഈ കർത്തൃത്വങ്ങൾ എങ്ങ നെയെല്ലാം പെരുമാറുന്നു എന്നതിന്റെ ഒരു അന്വേഷണമാണ് ഈ പ്രബ ന്ധം. വ്യത്യസ്തങ്ങളായ മൂന്ന് പ്രസ്ഥാനങ്ങളിൽ മുകുന്ദൻ തന്റെ കഥാ പാത്ര കർത്തൃത്വങ്ങളെ എങ്ങനെയെല്ലാം മാറ്റത്തിന് വിധേയമാക്കിയെന്ന് ഈ പഠനം വിശദീകരണം നൽകുന്നു.

ആധുനികതാവാദ പ്രസ്ഥാനത്തിലെ കർത്തൃത്വങ്ങൾ വ്യക്തി കേന്ദ്രിത അസ്തിത്വവാദ കർത്തൃത്വങ്ങൾ ആണ്. അസ്തിത്വവാദമാകട്ടെ ഒരു ബുർഷ്വാപ്രസ്ഥാനവും. അത് സമ്പന്നന്മാരുടെ കലയും ദർശനവു മാണ്. വ്യക്തികേന്ദ്രിത അസ്തിത്വവാദ കർത്തൃത്വം സമൂഹത്തെ എതിർ ക്കുന്നു. സമൂഹത്തെ ബോധ്യപ്പെടുത്തേണ്ടതോ സമൂഹത്തെ സംബോ ധന ചെയ്യേണ്ടതോ അതിന്റെ കർത്തവ്യമായി അത് കരുതുന്നില്ല. വ്യക്തി കേന്ദ്രിത അസ്തിത്വവാദ ബുർഷ്വാ കർത്തൃത്വങ്ങളെ സാമൂഹ്യശാസ്ത്ര

ത്തിന്റെ അളവുകോലിൽ വിമർശിക്കുമ്പോൾ വ്യക്തിസ്വാതന്ത്ര്യമായി ബുർഷ്വാസികൾ ചൂണ്ടിക്കാണിക്കുന്ന പല സ്വാതന്ത്ര്യവും യഥാർഥ ത്തിൽ സ്വാതന്ത്ര്യമല്ലായെന്നും അത് കപടസ്വാതന്ത്ര്യമാണെന്നും തിരി ച്ചറിയുന്നു. വ്യക്തിക്ക് സമൂഹത്തിൽനിന്ന് മാറി ഒരു സ്വാതന്ത്ര്യമുണ്ടെന്ന് അസ്തിത്വവാദകർത്തൃത്വങ്ങൾ ആഹ്വാനം ചെയ്യുന്നു. ഇതിനെയാണ് ഇവിടെ കപട സ്വാതന്ത്ര്യം എന്നു വിളിക്കുന്നത്. ഇങ്ങനെ കപടസ്വാത ന്ത്ര്യത്തിൽപ്പെട്ടുപോയവർ സമൂഹത്തിൽനിന്ന് ഒറ്റപ്പെട്ട് ജീവിക്കുകയോ റിബൽജീവിതം നയിക്കുകയോ ചെയ്യുന്നു. എന്നാൽ അവർ പിന്നീട് ജീവിതത്തോട് പൊരുത്തപ്പെട്ടുപോകാൻ കഴിയാതെ ആത്മഹത്യചെയ്യു കയോ വിഷാദരോഗികളായി മാറുകയോ സ്വയം തുറങ്കിലടയ്ക്കുകയോ ചെയ്തു. സമൂഹം നൽകിയ സ്വാതന്ത്ര്യത്തെ ഹനിച്ച് അവർ കപട സ്വാത ന്ത്ര്യത്തെ സ്വീകരിച്ചതാണ് ഇതിന് കാരണം.

ആധുനികതാവാദ കർത്തൃത്വങ്ങളെ ഹിപ്പി പ്രസ്ഥാനവുമായി ബന്ധിപ്പിച്ചാണ് മുകുന്ദൻ തന്റെ കഥാപാത്ര കർത്തൃത്വങ്ങൾ നിർമിച്ചി രിക്കുന്നത്. ഹിപ്പി വർഗത്തിന്റെ ലഹരിയോടും ലൈംഗികതയോടും ഉള്ള അമിതമായ ആസക്തി ആധുനികതാവാദ കർത്തൃത്വങ്ങളിൽ മുകുന്ദൻ ശക്തമായി അവതരിപ്പിച്ചു. ആധുനികതാവാദം + ഹിപ്പി പ്രസ്ഥാനം = ആധുനികതാവാദ കഥാപാത്ര കർത്തൃത്വം എന്ന നിർവചനത്തിൽ മുകു ന്ദൻ ഇവിടെ എത്തിച്ചേരുന്നു. ആധുനികതാവാദത്തെ ഹിപ്പി പ്രസ്ഥാന വുമായി കൂട്ടിയോജിപ്പിച്ച് അവതരിപ്പിച്ച എഴുത്തുകാർ ആധുനികതയിൽ മുകുന്ദനും കാക്കനാടനും മാത്രമാണ്. മറ്റുള്ളവർ അതിന് തയാറായില്ല. മുകുന്ദന്റെ ഹിപ്പിപ്രസ്ഥാനത്തോടുള്ള പ്രണയം അദ്ദേഹത്തിന്റെ ആധു നികതാവാദ നോവലുകളെ, കർത്തൃത്വങ്ങളെ കേവലം ഉപരിപ്ലവ ചിന്ത കളിലേക്ക് നയിച്ചുകൊണ്ടുപോയി. ഇത് മുകുന്ദന്റെ ആധുനികതാവാദ കർത്തൃത്വങ്ങളെ ബാധിക്കുകയും നോവലിനെത്തന്നെ പുറംപൂച്ചാക്കി മാറ്റിത്തീർക്കുകയും ചെയ്തു.

കോളനി–കോളനിയാനന്തര കർത്തൃത്വം മൂന്നാംലോക രാജ്യങ്ങ ളിലെ പ്രജകളുടെ കീഴാള കർത്തൃത്വബോധത്തെ വെളിച്ചത്തുകൊണ്ടു വരുന്നു. കോളനി കാലഘട്ടത്തിൽ പട്ടാളം, ഭരണം എന്നിവയിലൂടെയാണ് കോളനി യജമാനന്മാർ അവരിൽ കീഴാളത്തബോധം സൃഷ്ടിച്ചതെങ്കിൽ കോളനിയാനന്തരലോകത്ത് വിദ്യാഭ്യാസം, സംസ്കാരം മുതലായ പ്രത്യയശാസ്ത്രങ്ങളിലൂടെയാണ് അവർ കീഴാളത്തബോധം ഇന്നത്തെ പൗരന്മാരിൽ അടിച്ചേൽപ്പിക്കുന്നത്.

കോളനി പൗരന്മാർക്ക് സ്വന്തമായി വിദ്യാഭ്യാസരീതി, ചികിത്സ, സംസ്കാരം എന്നിവ ഒക്കെമുതലായി ഉണ്ടായിരുന്നു. എന്നാൽ കോള നിയാനന്തര കാലഘട്ടത്തിലേക്കു കടക്കുമ്പോൾ യൂറോകേന്ദ്രിത വിദ ്യാഭ്യാസവും അവ വിതച്ച സംസ്കാരവും കോളനി പൗരന്മാരിൽ തങ്ങ ളുടെ അറിവുകൾ കേവലങ്ങളായിരുന്നുവെന്ന ബോധം സൃഷ്ടിച്ചു. അവർ യൂറോ കേന്ദ്രിത സംസ്കാരത്തെ ഇതുവഴി ഗാഢമായി ആശ്ലേഷിക്കു

കയും സ്വന്തം അസ്തിത്വത്തെ അടിമത്ത്വത്തിൽ ആക്കുകയും ചെയ്തു. ചുരുക്കത്തിൽ, കോളനി പൗരന്മാരെയും കോളനിയാനന്തര പൗരന്മാ രെയും ഈ കീഴാളത്തബോധമാണ് ഭരിക്കുന്നത്.

കീഴാളത്തബോധം കോളനി–കോളനിയാനന്തര പൗരന്മാരെ എങ്ങ നെ കാർന്നുതിന്നുന്നു എന്നതിന് തെളിവാണ് *മയ്യഴിപ്പുഴയുടെ തീരങ്ങ ളിൽ, ദൈവത്തിന്റെ വികൃതികൾ* എന്നീ നോവലുകൾ. കീഴാളത്തം അവ രുടെ സർവ അസ്തിത്വവും നശിപ്പിച്ചു. ഇനി പുത്തൻതലമുറ തങ്ങളുടെ അസ്തിത്വത്തെ തിരിച്ചുപിടിക്കുമെന്ന് വിശ്വസിക്കുന്നു.

ഉത്തരാധുനികത ആധുനികതയുടെ തുടർച്ചയല്ലെന്നും അത് ആധു നികതാവാദത്തിന്റെ വിമർശനപദ്ധതിയാണെന്നും കണ്ടെത്തി. ആധുനി കതാവാദം ഒരു ബൂർഷ്വാവ്യക്തി കേന്ദ്രിത അസ്തിത്വവാദമായിരുന്നു വെന്നും അതിൽ വ്യക്തിക്കാണ് പ്രാധാന്യം നൽകിയിരുന്നതെന്നും കണ്ടെത്തി. എന്നാൽ ഉത്തരാധുനികതയിലേക്ക് പ്രവേശിച്ച മുകുന്ദൻ വ്യക്തി കേന്ദ്രിത അസ്തിത്വവാദത്തിന്റെ ശത്രുവായ സമൂഹത്തെ ഗാഢ മായി പുണരുകയും വ്യക്തിസ്വാതന്ത്ര്യത്തിനുപകരം സാമൂഹ്യ സ്വാത ന്ത്ര്യത്തെ പുനഃപ്രതിഷ്ഠിക്കുകയും ചെയ്തു. ഇതിന് ദറീദയുടെ അപ കേന്ദ്രീകരണം സഹായിച്ചു. അങ്ങനെ വ്യക്തി അമാനവിക കർത്തൃത്വ ങ്ങളായി മാറി.

ആധുനികതാവാദം റിയലിസത്തെ തള്ളിപ്പറഞ്ഞുകൊണ്ടാണ് രംഗ ത്തുവന്നത്. എന്നാൽ ആധുനികതാവാദത്തിന്റെ വിമർശകരായ ഉത്ത രാധുനികർ റിയലിസത്തെ പുനഃപ്രതിഷ്ഠിക്കുന്നു. ഇന്ന് വായനക്കാരൻ വെറും ഉപഭോക്താവ് മാത്രമല്ലെന്നും അവൻ പാഠത്തെ പുനർനിർമി ക്കുന്നവനാണെന്നും നിലവന്നു.

ഉത്തരാധുനികത ആധുനികതാവാദം നിർമിച്ച വെളുത്ത/കറുത്ത, നായകൻ/നായിക, പുരുഷൻ/സ്ത്രീ തുടങ്ങിയ ദ്വന്ദ്വങ്ങൾക്കെതിരെ പ്രവർത്തിക്കുകയും അതിനെ തകർക്കുകയും ചെയ്യുന്നു. മുതലാളിത്തം ആണ് ഈ ദ്വന്ദ്വങ്ങൾ സൃഷ്ടിച്ചത്. ഇത്തരം വേർതിരിവുകൾ ഒരു സമൂ ഹത്തെ ഉച്ചനീചത്വത്തിലേക്ക് നയിക്കുമെന്നും ഇതിനു ബദലായി ഈ ദ്വന്ദ്വങ്ങളെ തകർക്കുകയാണ് വേണ്ടതെന്ന നിഗമനത്തിലെത്തി.

ഉത്തരാധുനികത അന്നുവരെ പാർശ്വവൽക്കരിക്കപ്പെട്ടിരുന്ന സ്ത്രീ– ദളിത് പ്രശ്നങ്ങളെ ഉയർത്തിക്കാട്ടി പഠിക്കുന്ന ഒരു സമീപനം സ്വീകരി ച്ചു. ഇത് വ്യക്തിയെ അപകേന്ദ്രീകരിക്കാൻ സഹായിച്ചു.

ആധുനികതാവാദിയായ മുകുന്ദൻ ആദർശവൽക്കരിച്ച ലഹരി, ലൈംഗികത എന്നിവയെ ഉത്തരാധുനിക കാലഘട്ടത്തിലെത്തുമ്പോൾ നോവലിസ്റ്റ് ഉപേക്ഷിക്കുകയും അതിന്റെ ബൂർഷ്വാ പൊങ്ങച്ചത്തെക്കു റിച്ച് സ്വയം ബോധവാനാകുന്നതും ഈ ഘട്ടത്തിൽ നമുക്ക് കാണാൻ സാധിക്കും. ഇത് നോവലിസ്റ്റിന്റെ സാമൂഹ്യവീക്ഷണത്തിൽ വന്ന ഒരു പരിവർത്തനമാണെന്നും അത് തീർത്തും പുരോഗമനപരമാണെന്നും വരുന്നു.